सरश्री

'ली गीता ला'पासून ते 'गीतान्त'पर्यंत

मोक्ष गीता

अंतिम युक्ती-शुभक्ती

भक्तीला सदैव प्राधान्य द्या, भक्ती स्वत:मध्येच परिपूर्ण आहे

मोक्ष गीता
अंतिम युक्ती-शुभक्ती

Moksh Gita
Antim Yukti-Shubhakti

By **Sirshree** Tejparkhi

प्रकाशक : वॉव पब्लिशिंग्ज् प्रा. लि., पुणे

प्रथम आवृत्ती : जुलै २०१९

ISBN : 978-93-87696-91-4

© Tejgyan Global Foundation

All Rights Reserved 2019.
Tejgyan Global Foundation is a charitable organization
having its headquarters in Pune, India.

सर्वाधिकार सुरक्षित
'वॉव पब्लिशिंग्ज् प्रा. लि.'द्वारे प्रकाशित हे पुस्तक अशा अटीवर विकण्यात येत आहे, की प्रकाशकाच्या लेखी पूर्वअनुमतीविना ते व्यापाराच्या दृष्टीने अथवा अन्य प्रकारे उसने, भाड्याने अथवा विकत, अन्य कोणत्याही प्रकारच्या बांधणीत अथवा अन्य मुखपृष्ठासह देता येणार नाही; तसेच अशाच प्रकारच्या अटी नंतरच्या ग्राहकावर बंधनकारक न करता आणि वर उल्लेखिलेल्या कॉपीराइटपुरत्या मर्यादित न ठेवता या पुस्तकाच्या कोणत्याही स्वरूपाच्या विनिमयास, तसेच कॉपीराइटधारक व वर उल्लेखिलेले प्रकाशक दोघांच्याही लेखी पूर्वअनुमतीविना इलेक्ट्रॉनिक, मेकॅनिकल, फोटोकॉपी, रेकॉर्डिंग इत्यादी प्रकारे या पुस्तकाचा कोणताही अंश पुनःप्रस्तुत करण्यास, जवळ बाळगण्यास अथवा सुधारित स्वरूपात प्रस्तुत करण्यास मनाई आहे.

'मोक्ष गीता' या मूळ हिंदी पुस्तकाचा मराठी अनुवाद

प्रस्तुत ग्रंथ समर्पित आहे, त्या ज्ञानदीपकाला (श्रीकृष्ण देहाला),
जे अंतिम अध्यायात खुलून अभिव्यक्त झालंय.
त्यांनी केवळ अर्जुनाचेच ज्ञानचक्षू उघडले नाहीत,
तर सर्व ज्ञानपिपासूंसाठी ते निमित्त बनले.
शिवाय नवीन युगाचा आरंभ करण्यातही सहयोगी बनले.

राधेचा पोपट आणि अर्जुनाची समस्या
शुभक्ती - ज्ञान आणि परिचय यांचा संगम

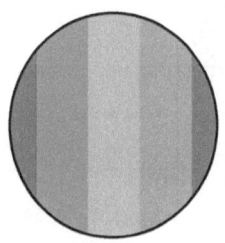

राधा सदैव श्रीकृष्णांच्या प्रेमात आणि भक्तीत लीन राहत असे. ती दिवसभरात कितीतरी वेळ श्रीकृष्णांच्या नावाचं उच्चारण करत असे, कृष्ण... कृष्ण... म्हणत त्यांचं स्मरण करत असे. राधेकडे एक पोपट होता. राधा जेव्हा कृष्ण... कृष्ण... म्हणायची, तेव्हा त्या पोपटाच्या आतही वेगळाच भाव निर्माण होत असे. जणू काही त्याच्या आतून आनंदाचा स्रोतच उसळून यायचा. अशा प्रकारे राधेचं अनुकरण करत त्या पोपटानेदेखील कृष्ण... कृष्ण... असं नामोच्चारण सुरू केलं होतं.

कृष्ण कोण आहेत, हे राधेला ठाऊक होतं. पण त्या पोपटाला ती जाण कुठे होती? तरीदेखील तो कृष्ण... कृष्ण... म्हणत राहायचा. कारण राधेचा तो भाव त्याच्या हृदयाला स्पर्श करून जात असे. जसं आपण काही शब्द उच्चारले, की आपल्यात काही सुखद भाव निर्माण होतात. ईश्वराचं नामस्मरण करताच डोळ्यांत अश्रू येतात म्हणजेच ते भाव जागृत होतात. कृष्णाचं नाव उच्चारल्यानंतर

पोपटाच्या आतदेखील असंच काहीसं घडत होतं. मात्र असं का घडत असावं, याविषयी तो पोपट अनभिज्ञ होता.

एके दिवशी एका पक्ष्याने त्या पोपटावर हल्ला चढवला. त्या हल्ल्यात तो घायाळ झाला. त्याच स्थितीत तो पोपट स्वतःचा जीव वाचवून तेथून उडून गेला. घायाळ अवस्थेत तो सरळ श्रीकृष्णांच्या मांडीवरच जाऊन पडला. श्रीकृष्णांनी त्याला अत्यंत प्रेमाने जवळ घेतलं, त्याला कुरवाळलं आणि त्याच्यावर उपचार केले. पोपट थोडासा शुद्धीवर येताच त्याने पाहिलं, की कोणा अनोळखी व्यक्तीने त्याला पकडून ठेवलं आहे. हे लक्षात आल्याने तो सुटकेसाठी धडपड करू लागला आणि जोरात ओरडू लागला, ''सोडा मला, सोडा... कृष्ण... कृष्ण...'' परंतु तरीही श्रीकृष्णांनी त्याला सोडलं नाही, कारण तो पोपट तर त्यांचाच धावा करत होता!

काही वेळाने राधेची एक मैत्रीण पोपटाचा शोध घेत श्रीकृष्णांकडे पोहोचली. त्यांच्या हातात पोपट पाहून म्हणू लागली, ''अरे, कृष्णा! पोपट इथे आहे का? मी किती ठिकाणी शोधलं याला..'' त्या मैत्रिणीचं हे वाक्य ऐकून पोपटाला आश्चर्य वाटलं, ''अरेच्चा! मी ज्याचं नामस्मरण करत होतो, त्याच्याच तर हातात आहे.'' तेव्हा कुठे त्याला श्रीकृष्णाची ओळख पटली आणि तो भयमुक्त झाला.

मनुष्याला एखाद्या गोष्टीची पारख नसेल, तर तो योग्य ठिकाणी असूनही तेथून पलायन करू इच्छितो, 'मला जायचंय, मला इथे नाही राहायचं, मला हे सोडून जायचंय... मला याचा त्याग करायचाय...' परंतु खरी ओळख पटल्यावर त्याला हे रहस्य उलगडतं, की तो तिथेच आहे, जिथे त्याने असायला हवं होतं.

ज्ञान आणि पारख या दोहोंचा संगम झाल्यानंतरच खरी भक्ती जागृत होते. 'अरे हेच तर श्रीकृष्ण आहेत, ज्यांचा धावा मीरा इतक्या प्रेमाने करत होती' अशी पोपटाला खरी ओळख पटताच त्याची धडपड, व्याकुळता संपुष्टात आली आणि त्याचं मन अगदी शांत झालं.

अर्जुनदेखील युद्धाच्या मैदानावर, कुरुक्षेत्रावर काहीशी अशाच प्रकारे व्याकुळतेची शिकार बनला होता. शत्रुपक्षात त्याच्यासमोर भाऊ, काका, मामा असे अत्यंत जवळचे नातेवाईक आणि भीष्म पितामह, द्रोणाचार्य, कृपाचार्य

यांसारखे आदरणीय गुरुजन उभे होते. स्वजनांशी युद्ध करण्याची वेळ आल्यानंतर अर्जुन पोपटाप्रमाणेच श्रीकृष्णांच्या छत्रछायेतच उभा आहे, हेच विसरून गेला.

एक 'महान कर्तव्यकर्म करण्यापूर्वी अर्जुनाला मोह आणि अज्ञान यांनी व्याप्त अशा पलायनवादी अवस्थेने कमकुवत बनवून टाकलं होतं. परंतु गीतेत जी समज प्राप्त झाली होती, त्याने कृष्णाची, स्वतःची आणि स्वजनांची ओळख पटली. खरंतर तो युद्धाचं मैदान सोडून तेथून पलायन करू इच्छित होता. परंतु युद्धाच्या मैदानानेच (समस्येनेच) त्याला विजय मिळवून दिला आणि अज्ञानातून मुक्तीही मिळवून दिली.

अर्जुनाच्या या स्थितीचं वर्णन गीतेच्या पहिल्या अध्यायात आलंय. त्याच्या स्थितीमुळेच श्रीकृष्णांनी अर्जुनाला गीतेचं ज्ञान प्रदान केलं. त्या वेळी गीता ऐकवण्यासाठी श्रीकृष्ण अर्जुनाला दोन्ही पक्षांच्या मध्यभागी घेऊन आले होते. ते पक्ष होते सत्य आणि असत्य यांचे... काळं (असत्य, संशय, मोह) आणि शुभ्र (सत्य, योग्य, निःसंदेह) यांचे... शिवाय हे स्थान होतं काळं आणि शुभ्र यांच्या मध्यभागी असलेलं ग्रे स्थान! जे काळंही नव्हतं आणि शुभ्रही नव्हतं. ते या दोहोंच्या पलीकडे होतं.

हे ग्रे स्थान म्हणजे कोणत्याही निर्णयाप्रत पोहोचण्यापूर्वी मनन चिंतन करण्याचं स्थान असतं. याच स्थानावर उभं राहून अर्जुनाने संपूर्ण गीता ऐकून शेवटी ती धारण केली, आचरणात आणली. त्यानंतर अर्जुनाने 'युद्ध करणार नाही' हा निर्णय बदलून अनासक्त भावनेनं स्वतःचं कर्तव्यकर्म पार पाडलं.

१८व्या अध्यायात केलेली गीतेची उजळणी जणू काही अर्जुनाच्या अज्ञानावर सजगतारूपी, जागृतीरूपी हातोड्याने केलेला अंतिम प्रहारच होता. ते वर्णन ऐकून त्याला खात्री पटली, की या वेळी त्याने युद्धाच्या मैदानावरच असायला हवं... कारण हेच त्याच्यासाठीचं योग्य स्थान आहे, रंगमंचाच्या याच भागावर उभं राहून त्याला युद्धाची भूमिका साकारायची आहे.

ज्ञान हीच खरी शक्ती आहे. हे तर तुम्ही ऐकूनच असाल. तेव्हा शक्तिअंतर्गत अर्जुनाला कर्मयोगाचं, कर्म करण्याचं ज्ञान प्राप्त झालं. सांख्ययोगात 'मी'पासून मुक्तीचा मार्ग सांगितला आहे. त्यानंतर अर्जुनाने सात्त्विक श्रद्धा, भक्ती, बुद्धी

आणि धृती म्हणजेच मनोधैर्य या गोष्टी जाणल्या. त्यामुळे त्याच्यात दिव्यभक्ती विकसित झाली. त्याचबरोबर त्याला स्वतःमधील तीन गुणांच्या (सत, रज, तम) पलीकडे जाऊन, गुणातीत होण्याची युक्तीही गवसली. अशा प्रकारे शुभक्ती प्राप्त करून तो ईश्वराच्या सर्वोच्च कृपेसाठी पात्र बनला.

मनुष्यावर होऊ शकणारी सर्वांत मोठी कृपा कोणती, यावर तुम्ही कधी विचार केलाय का? 'कृपा' हीच सर्वांत मोठी कृपा आहे. शब्दांच्या माध्यमातून ऐकताना हे थोडंसं विचित्र वाटेल. परंतु यावर जेव्हा मनन होईल, तेव्हा लक्षात येईल, की अर्जुनासोबतच आपल्यावरदेखील कृपेचा वर्षाव झाला आहे. या अध्यायातच अर्जुनाला कृपेची ओळख झाली आणि शेवटी तो म्हणाला, 'माझं अज्ञान नष्ट झालं, माझे सर्व भ्रम दूर झाले. आता मी युद्ध करायला तयार आहे.'

या १८व्या अध्यायात अर्जुनासोबत तुम्हीदेखील गीतेतील प्रमुख बाबींची उजळणी करा. ज्यायोगे तुम्हालादेखील अर्जुनाप्रमाणे ईश्वराची खरी ओळख होऊ शकेल आणि तुम्ही स्वतःची भूमिका जाणून खरे कर्मयोगी बनू शकाल.

'मोक्ष गीता' हा गीतेचा अंतिम अध्याय आहे. कारण या अध्यायात अर्जुनाला श्रीकृष्णाकडून ती अंतिम युक्ती, समज लाभली, ज्याद्वारे तो पूर्वीच्या आणि भावी बंधनांपासून वाचू शकला. अन्यथा अर्जुनाकडे आयुष्यभर पश्चात्ताप करण्याव्यतिरिक्त काहीही उरलं नसतं. ही अंतिम युक्ती आहे- शुभक्ती. शुभक्तीमध्ये सर्व बाबी समाविष्ट आहेत. ही 'ऑल इन वन' आहे. यात भक्ती, शक्ती, युक्ती आणि मुक्ती यांचादेखील समावेश आहे.

आता तुम्हालाच ठरवायचं आहे, की तुम्हाला नेमकं काय हवंय- परम भक्ती, कर्म शक्ती, गुणातीत युक्ती की मोक्ष मुक्ती?

...सरश्री

अध्याय १८
मोक्ष संन्यास योग

|| अध्याय १८ - सूची ||

श्लोक	विषय	पृष्ठ
१–३	संन्यास आणि त्याग............................	११
४–९	सात्त्विक, राजस आणि तामस त्याग........	१९
१०–१२	खरा त्यागी आणि कर्मफल....................	३१
१३–१६	कर्मसिद्धीची पाच कारणं......................	३७
१७–१८	अकर्ता, कर्ता, कर्मप्रेरणा आणि कर्मसंग्रह..	४३
१९–२८	ज्ञान, कर्म आणि कर्ता यांमधील फरक....	४९
२९–३२	बुद्धी आणि धृती यांचे प्रकार..................	५९
३३–३५	सात्त्विक, राजसिक, तामसिक धारणशक्तींचे प्रकार..........................	६९
३६–४०	सुखाचे प्रकार..................................	७७
४१–४८	कर्मस्वभावाचे प्रकार...........................	८७
४९–५५	'काही नाही'करण्याची कला................	१०१
५६–६३	'कर्मयोगाचं' पुनःस्मरण	१११
६४–७८	ज्ञान आणि परिचय यांची अंतिम युक्ती.....	११९

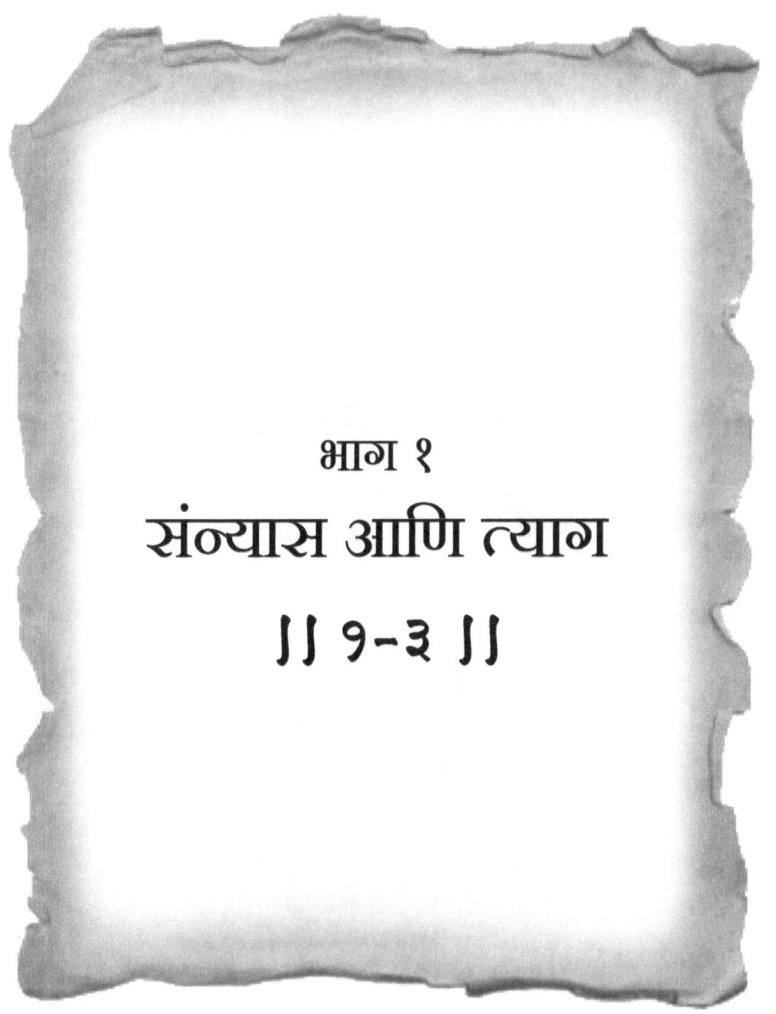

भाग १
संन्यास आणि त्याग
॥ १-३ ॥

अध्याय १८

सन्न्यासस्य महाबाहो तत्त्वमिच्छामि वेदितुम् । त्यागस्य च हृषीकेश पृथक्केशिनिषूदन ।।१ ।।

काम्यानां कर्मणा न्यासं सन्न्यासं कवयो विदुः । सर्वकर्मफलत्यागं प्राहुस्त्यागं विचक्षणाः।।२ ।।

त्याज्यं दोषवदित्येके कर्म प्राहुर्मनीषिणः । यज्ञदानतपःकर्म न त्याज्यमिति चापरे ।।३ ।।

१

श्लोक अनुवाद : अर्जुन म्हणाला ''हे महाबाहो! हे अंतर्यामी! हे वासुदेव! मी संन्यास आणि त्याग यांची तत्त्वं वेगवेगळी जाणून घेऊ इच्छितो''।।१।।

गीतार्थ : वास्तविक भगवद्गीता सतरा अध्यायांमध्येच समाप्त होते. अठरावा अध्याय संपूर्ण गीतेचं सार आहे. यात तुम्हाला पूर्वीच्या सर्व अध्यायांचं स्मरण होईल. कोणत्याही विषयाचं सार ऐकल्यानंतर काही महत्त्वपूर्ण मुद्द्यांची उजळणी होते, विषयाची सखोलता लक्षात येते. यासाठीच भगवान श्रीकृष्णांनी शेवटी सर्व उपदेश सार रूपात समोर ठेवण्यासाठी जे काही ज्ञान दिलं, तेच अठराव्या अध्यायात सांगितलं गेलं आहे. यापूर्वीही अर्जुनाने श्रीकृष्णांना त्यागाविषयी विचारलं होतं. परंतु आता अर्जुनाला पुन्हा एकदा त्याची समज प्रगल्भ करण्याची इच्छा आहे.

इथे अर्जुन श्रीकृष्णाला 'महाबाहो' असं संबोधत आहेत. 'महाबाहो' हा सामर्थ्यसूचक शब्द आहे. 'महाबाहो' असं संबोधण्यामागे अर्जुनाचा हा भाव आहे, की 'तुम्ही सर्व विषय कथन करण्यात समर्थ आहात. त्यामुळे मी हा विषय सहजपणे समजू शकेन, अशा रीतीने तुम्ही माझी जिज्ञासापूर्ती करावी.' तो अंतर्यामी श्रीकृष्णाला विनंती करतोय, की कृपया मला त्याग आणि संन्यास ही तत्त्वं स्वतंत्रपणे समजावून सांगा.

२

श्लोक अनुवाद : कित्येक पंडित काम्य कर्मांच्या त्यागालाच संन्यास असं समजतात, तसंच दुसरे वैचारिक प्रगल्भता असलेले पुरुष सर्व कर्मांच्या फळाच्या त्यागाला त्याग असं म्हणतात।।२।।

गीतार्थ : स्थूल मानाने एखादा जगात राहून काही गोष्टी सोडतो, तेव्हा त्याला त्याग म्हटलं जातं. जसं- कोणी निश्चय करून मांसाहार वर्ज्य करतो, कोणी मद्यपान सोडतो, कोणी गोड पदार्थ खाणं सोडतो, तर कोणी आपल्या कुटुंबासाठी काही सुख-सुविधांचा त्याग करतो. मात्र मनुष्य जेव्हा प्रयत्नपूर्वक संकल्पासह काही गोष्टी सोडतो, तेव्हा त्याला त्याग समजलं जातं. परंतु हा त्याग- खरोखर

अध्याय १८ : २

तामस, राजस किंवा सात्त्विक आहे का? हे जाणणंदेखील आवश्यक असतं.

एखादा मनुष्य भगवी वस्त्रं परिधान करून, प्रपंचाचा त्याग करून आध्यात्मिक साधना करतो, तेव्हा त्याला संन्यास म्हटलं जातं. एक संन्यासी त्याच्या साधनेसाठी घर-कुटुंब, धन-संपत्ती यांचा त्याग करतो. जो भगवी वस्त्रं परिधान करून, दाढी मिशा राखतो, गळ्यात रुद्राक्ष माळा घालतो, शरीराला भस्म फासतो, तोच संन्यासी होय अशी लोकांची धारणा असते.

त्यागी असो वा संन्यासी, त्याने कोणत्या भावनेने काही गोष्टी सोडल्या, यावरून त्याचा त्याग खरा आहे, की पाखंड आहे, हे ठरतं. खरा त्यागी कोण, हे बाह्य वेषभूषा आणि वरवरची स्थिती पाहून समजू शकत नाही. एखाद्याने प्रपंचाचा त्याग केला असेल, परंतु त्याचं मन संसारापासून अलिप्त नसेल, तर तो संन्यासी असूनही संसारीच आहे. मात्र एकाने प्रपंच सोडलेला नाही, परंतु तो त्याविषयी आसक्त नाही, तेव्हा तो प्रापंचिक असूनही संन्यासी आहे.

संत कबीर, गुरू नानक, संत तुकाराम प्रापंचिक असूनही संन्यासी होते. मात्र एक संन्यासी ब्रह्मचारी असूनही वासनायुक्त विचारांमध्ये गुरफटत असेल, तर तो संन्यासी नव्हेच.

काम्य कर्म अर्थात कामनांतून होणाऱ्या कर्मांचा त्याग म्हणजे संन्यास, असं काही पंडित मानतात. अर्थात स्त्री, पुरुष, धन, व्यवसाय, घर-संसार, नातेसंबंध, शरीर निरोगी ठेवण्यासाठी आरोग्य इत्यादींशी संबंधित कामनांतून घडणारं कर्म त्यागणं म्हणजे संन्यास. कोणी जर पत्नी-मुलं, कुटुंब, दुकान सर्वकाही सोडून हिमालयात गेला, कमीत कमी कपड्यात राहू लागला, कंदमुळं खाऊ लागला आणि म्हणाला, की 'मी संन्यास घेतला आहे' तर ते चूक ठरेल. आता त्याने कुटुंबाचा त्याग केला म्हणून त्याच्यावर जी कुटुंबाची जबाबदारी होती, त्या अनुषंगाने त्याला जे काही कर्म करावं लागणार होतं, ते करणं बंद झालं. अशा प्रकारे आपली दैनंदिन कर्तव्य सोडणं म्हणजे

संन्यास नव्हे, तर ती कामं करत असताना त्याविषयी अनासक्त राहणं हा खरा संन्यास आहे. बऱ्याच वेळा लोकांकडून अशी चूक घडते.

मात्र लोक त्यागाच्या नावावर पलायनवादी बनतात. जेथे त्यांच्या त्यागाची परीक्षा होईल अशा ठिकाणी त्यांना जायची इच्छा नसते. जसं, मिठाईचं दुकान, मोठमोठे मॉल्स, थिएटर, पिकनिक स्पॉटसवर जाण्याचं ते टाळतात. यामागे त्यांच्यातील उणिवा, त्यांचा कमकुवतपणा समोर येऊ नये, अशीच त्यांची इच्छा असते. ते तासन्‌तास ध्यानस्थ बसतात. कारण डोळे उघडे ठेवले तर अनेक दृश्यं समोर येतील आणि मग त्यांच्याविषयीच विचार सुरू होतील. त्यापेक्षा डोळे बंद करून बसणंच योग्य असा विचार ते करतात. परंतु ध्यानातून बाहेर आल्यानंतर काय होईल? ध्यानावस्थेतून बाहेर आल्यानंतर जे दिसेल त्यासंबंधी विचार तर निश्चितपणे येतीलच.

यासाठीच बाह्य परिस्थिती सतत नियंत्रित करण्याऐवजी मनाला समज मिळणं आवश्यक ठरतं. कारण बाह्य परिस्थिती बदलत राहते. अशा वेळी तुम्ही कशा-कशावर नियंत्रण राखाल?

कर्मांचा त्याग करणारा नव्हे, तर कर्मांचं फळ त्यागणारा खरा संन्यासी, असं काही विवेकशील लोक मानतात. अर्थात कोणी ऑफिसात काम करणारा कर्मचारी असो वा गृहिणी, दोहोंनी कर्मफळात न अडकता कर्म करायला हवं. कर्मचारी जर केवळ धनप्राप्तीच्या फळात अडकून कार्य करत असेल, तर त्याच्या कार्यात गुणवत्ताही नसेल आणि त्याला कार्याचा आनंदही मिळणार नाही. अशाच प्रकारे गृहिणी जर लोकांनी स्तुती करावी या हेतूने स्वयंपाक करत असेल, तर फळाच्या इच्छेने तिचा स्वयंपाक बिघडू शकतो. म्हणून तुम्ही जे काही कराल, तेव्हा ते करताना त्याचा आनंद घ्या, कर्मालाच फळ माना, तेव्हाच ते कर्म निरपेक्ष कर्म ठरेल. आपल्या कर्माची उपेक्षा करू नका, तर अहंकार, स्वार्थ आणि फळाची इच्छा न बाळगता कर्म करा.

समजेसह त्याग केला तर तो मोक्षाकडे मार्गक्रमण करेल आणि संन्यास घेतल्यानंतरही जर मन वासनेत आसक्त असेल, तर तो संसाराकडेच खेचला जाईल. आपण बाह्य रूप पाहून एखाद्याची आंतरिक अवस्था जाणू शकत नाही. आपल्या प्राप्रंचिक जबाबदाऱ्या निभावत कोणी अनासक्त भावनेने जीवन जगू शकतो. तसंच संन्याशाच्या वेषात कोणी कामनांशी आसक्त राहू शकतो. आपल्याला मिळालेली समज सर्वश्रेष्ठ आहे, इतर सर्व गोष्टी दिखाऊ आहेत.

३

श्लोक अनुवाद : कित्येक विद्वान असं म्हणतात, की कर्म दोषयुक्त असल्याने ते त्यागण्यायोग्य आहे आणि काही विद्वान असं म्हणतात, की यज्ञ, दान आणि तपरूप कर्म त्यागण्यायोग्य नाही।।३।।

गीतार्थ : भगवान श्रीकृष्ण म्हणतात, ''वेगवेगळ्या विद्वानांची मतं भिन्न भिन्न आहेत. काही लोकांच्या मतानुसार सर्व कर्मं वासना निर्माण करतात, जी ईश्वराला झाकोळून टाकतात. यासाठीच सर्व कर्मांचा त्याग करायला हवा.''

काही विद्वान म्हणतात- ''केवळ कामना आणि स्वार्थ यांनी प्रेरित असलेल्या कर्मांचाच त्याग करायला हवा. सर्व कर्मं दोषयुक्त मानणं आणि ती त्यागणं योग्य नाही. पुण्य कर्म त्यागणं योग्य नव्हे. निषिद्ध कर्म, पाप कर्म आणि अशुभ कर्मं यांतून मनुष्याने मुक्त व्हायला हवं.''

ज्या क्रियेने एखादा मनुष्य, पशू, पक्षी, जीव यांची हानी होत असेल, ज्या विचारांनी एखाद्याचं नुकसान होत असेल किंवा वाणीद्वारे कोणी दुखावलं जात असेल, तर ते पाप कर्म समजायला हवं. जे विचार, वाणी आणि क्रिया अनावश्यक आहे, ते पाप कर्म आहे. युद्ध जर आवश्यक (कल्याणकारक) असेल, तर ते पुण्य कर्म आहे. ज्या कर्मात कर्ताभाव आहे, ते पाप कर्म आहे.

यासाठीच अशा सर्व कर्मांचा त्याग करायला हवा.

करण्यायोग्य कर्म अथवा पुण्य कर्म सोडणं सुज्ञपणा नव्हे. यज्ञ, दान आणि तप ही कर्मं त्यागण्यायोग्य नाहीत. कारण याने समाजाचं कल्याण होतं आणि अशी कर्मं करणाऱ्याची आध्यात्मिक उन्नती होते.

अध्याय १८ : ३

● **मनन प्रश्न :**

१. आतापर्यंत तुमच्या मनात त्यागी आणि संन्यासी यांच्याबाबत कोणकोणत्या धारणा होत्या?

२. बाह्य रूपात तुम्ही कोणकोणत्या गोष्टींतून मुक्त झाला आहात आणि आंतरिक रूपात त्यांच्याशी कसे जखडले गेले आहात, यावर मनन करा.

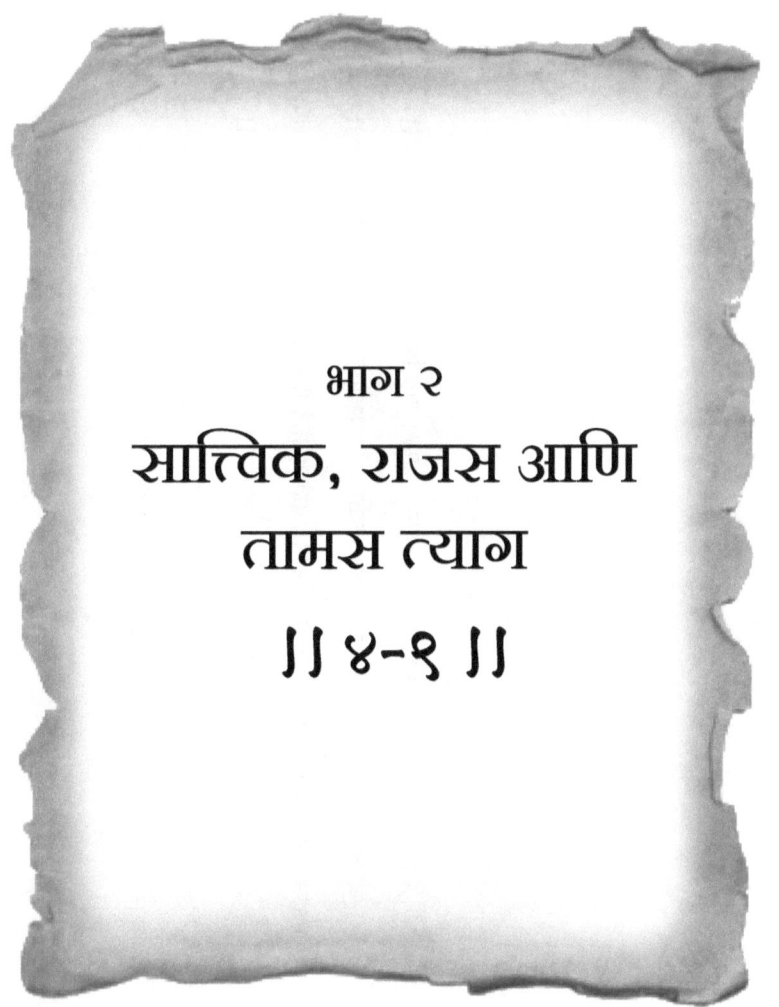

भाग २
सात्त्विक, राजस आणि तामस त्याग
|| ४-९ ||

अध्याय १८

निश्चयं श्रृणु में तत्र त्यागे भरतसत्तम । त्यागो हि पुरुषव्याघ्र त्रिविधः सम्प्रकीर्तितः ।।४ ।।

यज्ञदानतपःकर्म न त्याज्यं कार्यमेव तत् । यज्ञो दानं तपश्चैव पावनानि मनीषिणाम् ।।५ ।।

एतान्यपि तु कर्माणि सङ्गं त्यक्त्वा फलानि च । कर्तव्यानीति में पार्थ निश्चितं मतमुत्तमशम् ।।६ ।।

नियतस्य तु सन्न्यासः कर्मणो नोपपद्यते । मोहात्तस्य परित्यागस्तामसः परिकीर्तितः ।।७ ।।

दुःखमित्येव यत्कर्म कायक्लेशभयात्त्यजेत्। स कृत्वा राजसं त्यागं नैव त्यागफलं लभेत् ।।८।।

कार्यमित्येव यत्कर्म नियतं क्रियतेअर्जुन । सङ्गं त्यक्त्वा फलं चैव स त्यागः सात्त्विको मतः ।।९ ।।

४

श्लोक अनुवाद : हे पुरुषश्रेष्ठ अर्जुना, संन्यास आणि त्याग या दोहोंपैकी प्रथम त्यागाविषयी तू माझा निश्चय ऐक. त्याग हा सात्त्विक, राजस आणि तामस असा तीन प्रकारचा सांगितला गेला आहे।।४।।

गीतार्थ : श्रीकृष्ण अर्जुनाला पुरुषश्रेष्ठ असं संबोधून त्याची चेतना वाढवत म्हणतात– ''त्यागाच्या बाबतीत पंडित आणि विचारवंत पुरुषांचं मत तर मी तुला सांगितलंच आहे. आता तू माझं मत ऐक. अनेक लोक आळसाच्या आहारी जाऊन त्यागी बनतात. त्यागी बनल्यानंतर समाज खाऊ-पिऊ घालतो, काळजी घेतो, मग स्वतःला काहीही करण्याची आवश्यकता भासत नाही. ढोंगी साधू-संन्यासी काहीसं असंच करतात. त्यांना काहीही कामधंदा करायचा नसतो, केवळ फळ प्राप्त करायचं असतं. अशा लोकांचा त्याग हा तामस त्याग आहे.

काही लोकांचा त्याग राजस आहे. राजसचा अर्थ, असा त्याग जो बलपूर्वक केला गेलाय. त्यात एक प्रकारची हिंसा असते. राजस प्रकृतीचा मनुष्य इतरांप्रति किंवा स्वतःप्रति कठोर बनतो. भूक लागली तरी तो उपाशी राहतो, तहान लागली तरी पाणी पित नाही, झोप आली तरी जागरण करतो. अशा सर्व प्रकारे शरीराला त्रास देत राहील. असा त्यागदेखील हिंसा आहे. मात्र हा त्याग त्याला कुठे घेऊन जाईल, हे त्याला समजत नाही.

एक सात्त्विक त्याग असतो– संतुलन, समता, बोध यांचा. जिथे मनुष्याची समज वाढलेली असते, त्याने जीवन जाणलेलं असतं. तो कामचोरीही करत नाही आणि व्यर्थ धावपळही करत नाही. त्याचा त्याग हा बोधाची एक परिपक्व अवस्था असून त्याच्या समजेचा परिणाम असतो.

५-६

श्लोक अनुवाद : यज्ञ, दान आणि तपरूप कर्म त्यागण्यायोग्य नाही. ते तर आवश्यक कर्तव्य आहे. कारण यज्ञ, दान आणि तप ही तिन्ही कर्मं पंडितांना, बुद्धिमानींना, विचारशील पुरुषांना पवित्र करणारी आहेत।।५।।

म्हणून हे पार्था, अशी यज्ञ, दान आणि तपरूप कर्मं ही संपूर्ण कर्तव्यकर्मांची आसक्ती आणि फळांचा त्याग करून अवश्य करायला हवीत. हाच माझा निश्चय आणि उत्तम मत आहे॥६॥

गीतार्थ : भगवान श्रीकृष्ण अर्जुनाला सांगतात, ''जे कर्म मनुष्याला शुद्ध, बुद्ध बनवतं, ते तर अवश्य करायला हवं. यज्ञ, दान आणि तप याच श्रेणीत मोडतात. आता आपण यज्ञ, दान आणि तप यांचा वास्तव अर्थ काय आहे आणि या गोष्टी करणं का आवश्यक आहे, हे जाणू या.''

हे जीवन स्वतःच एक यज्ञ असून त्यात कर्मांची आहुती दिली जाते. मग ती कर्मं कशी असायला हवीत? यज्ञ मोक्षाचं द्वार आहे, यासाठी कर्मंदेखील अशीच घडावीत ज्या योगे मोक्ष प्राप्त व्हावा, बंधनं निर्माण होऊ नयेत. ज्याप्रमाणे यज्ञात काही विशेष प्रकारच्या लाकडांचा (समिधांचा) उपयोग केला जातो, कारण ती लाकडं जळल्याने हवा शुद्ध होते, आजूबाजूचं दूषित वातावरण पवित्र बनतं. त्याचप्रमाणे या जीवनरूपी यज्ञातही अशाच कर्मांची आहुती दिली जावी, ज्याद्वारे तुम्ही आणि तुमच्या आजूबाजूचे लोकही पवित्र बनतील. प्रेम, प्रज्ञा आणि प्रतिज्ञा यांचा ताळमेळ साधून जेव्हा कर्म केलं जातं, तेव्हा ते कर्मात्मा बनतात. ज्यायोगे तुमचं व तुमच्या सभोवतालच्या लोकांचं कल्याण होतं. यासाठी यज्ञ कर्म करण्यायोग्य कर्म आहे.

यज्ञ करणं म्हणजे काही गोष्टी योग्य प्रमाणात घेऊन एक कार्य संपन्न करायचं. जसं, चहा तयार करायचा असेल, तर तुम्ही चहा पावडर, साखर, पाणी आणि दूध यांचं योग्य प्रमाणात मिश्रण करता. मग ते गॅसवर ठेवता. हे मिश्रण उकळल्यानंतर चहा बनतो. हा लहान यज्ञ आहे, ज्याने चहा तयार होतो. आता जर तुम्हाला 'तुमचं खरं स्वरूप जाणायचं' असेल तर अशा वेळी तुमच्या कर्मांचं प्रमाण कसं असायला हवं? कर्म असं असावं, ज्यात कर्ताभाव नसावा, इतरांचं मंगल व्हावं आणि फळाची लालसाही त्यात नसावी. कारण कर्मच सफल फल आहे, या समजेने कर्म झालं तरच जीवनरूपी यज्ञ सफल होऊ शकतो.

अध्याय १८ : ५-६

सदैव खुश राहणं हेदेखील मोठं 'तप' आहे. तसंच असे कित्येक साधू-संन्यासी आहेत, ते शरीरावर साधना करतात. जसं, उपवास करणं, एका पायावर उभं राहणं, काहीही न खातापिता कित्येक तास ध्यान करणं, शरीर कित्येक आवश्यक गरजांपासून वंचित ठेवणं इत्यादी. असं तप केल्याने मनुष्याला सिद्धी तर मिळतात परंतु त्या स्वानुभवापर्यंत निश्चितच घेऊन जाऊ शकत नाहीत. मनाला जिंकणं, वश करणं हेच खरं तप आहे. त्यामुळे मनावर नियंत्रण करता आलं तर सर्वकाही साधलं असं होईल.

समजा, कोणी तुमचा घोर अपमान केला, कोणाच्या बेजबाबदारपणाने व्यवसायात नुकसान झालं असेल, तुम्हाला संततिसौख्य नसेल, तुमच्या मुलाचं करिअर सेट नसेल, तुमच्या नातेसंबंधात कटुता असेल, पण तरीदेखील तुम्ही खुश राहू शकता का? अशा वेळी कोणती समज तुम्हाला खुश ठेवू शकते? ती समज शोधून त्यात स्थापित होणं हेच खरं तप आहे.

तिसरं करण्यायोग्य कर्म आहे- दान. तुमच्याकडे जे काही आहे- धन, ज्ञान, वेळ, कला, योग्य सल्ला (आयडिया), शारीरिक श्रम इत्यादी दान केलं जाऊ शकतं. निसर्गाचा नियम आहे- जे दिलं जातं, ते कित्येक पटींनी वाढून परत मिळतं. म्हणजेच दान एक असं बीज आहे, जे पेरल्यानंतर निसर्ग बहरतो, ईश्वर प्रसन्न होतो.

आपल्याकडून जे दिलं जातंय, ते सगळं ईश्वराचंच असून त्यालाच दिलं जात आहे, अशा भावनेनं दान करायला हवं. 'मी'चं दान हे सर्वोच्च दान आहे. मीचं दान अर्थात अहंकाराचं दान. कारण अहंकाराचंच जर दान केलं तर दान करणारा शिल्लकच राहतो कुठे? दान करताना 'माझं'ची भावना नष्ट होईल. अशा वेळी जो देतोय, तोच घेतोय, ही समज ठेवायला हवी. तिथे ना 'मी दान करत आहे' असा भाव आहे, ना कमीअधिक असा भाव आहे. दान जर तुम्हाला इतक्या उच्च अवस्थेपर्यंत घेऊन जात असेल तर दान कर्म त्यागणं सुज्ञपणाचं लक्षण नव्हे.

स्वार्थी-बुद्धीने स्वतःसाठी यज्ञ-तप-दान करणं असुरी कर्म आहे. म्हणून श्रीकृष्ण म्हणतात, ''हे पार्था, तू तुझी सारी कर्तव्यकर्मं निरपेक्ष आणि निरासक्त भावनेनं पूर्ण करावीत, असं माझं ठाम मत आहे.''

७

श्लोक अनुवाद : निषिद्ध आणि काम्य कर्मांचा त्याग स्वरूपतः करणं उचित आहेच. परंतु नियत कर्मांचा स्वरूपतः त्याग करणं उचित नाही. म्हणून मोहामुळे त्यांचा त्याग करण्यालाच तामस त्याग म्हटलं गेलं आहे।।७।।

गीतार्थ : भगवान श्रीकृष्ण इथे त्यागाचे वेगवेगळे प्रकार सांगून अर्जुनाला कर्तव्य कर्म करण्यासाठी सजग, प्रेरित करत आहेत. सतराव्या अध्यायात गुणांनुसार श्रीकृष्णांनी श्रद्धा, तप, दान आणि यज्ञ यांचे तीन प्रकार सांगितले आहेत. इथे अर्जुनाने त्यागाचं तत्त्व विचारल्यानंतर भगवान श्रीकृष्णांनी त्यागाचेदेखील तीन प्रकार विशद केले आहेत. ते म्हणतात, ''कामनांतून उपजलेली कर्मं आणि शास्त्रानुसार अयोग्य असणारी कर्मं ही मुळापासून त्यागायला हवीत. परंतु नियत कर्मं त्यागणं उचित नाही. मोहामुळे जर त्यांचा त्याग केला असेल तर त्याला तामस त्याग असं म्हटलं गेलंय''.

नियत कर्म म्हणजेच कर्तव्य कर्म. मनुष्य या नात्याने ही कर्मं करायलाच हवीत. यातच त्याचं कल्याण आहे. जसं- खाणंपिणं, व्यायाम, झोप यांची काळजी घेणं; एका गृहिणीसाठी आपल्या कुटुंबाची योग्य रीतीने देखभाल करणं, मुलांच्या शिक्षणावर, अभ्यासावर लक्ष ठेवणं आणि वयोवृद्धांसाठी घरात अनुशासन राखणं, हे नियत कर्म आहे.

अविवेकाने नियत कर्मांचा त्याग करणं याला तामस त्याग म्हटलं जातं. जसं, तुम्हाला सत्संगाला किंवा एखाद्या महत्त्वाच्या मीटिंगसाठी जायचं आहे. मात्र तरीही तुम्ही आळसात अंथरुणात पडूत राहिलात आणि तुम्हाला झोप लागली... कॉलेजला जाताना रस्त्यात काही लोक मारामारी करताना

दिसले, ते पाहत तुम्ही तिथेच थांबून राहिला, कॉलेजला जायचंच विसरून गेलात... तुम्हाला आईने बाजारातून काही औषधं आणायला सांगितली... पण तुम्ही आणली नाही... संध्याकाळी तुम्ही टीव्ही पाहण्यात इतके मग्न झालात, की स्वयंपाक करायचंच विसरून गेलात... अशा प्रकारची कर्मं तामस त्याग आहे.

सर्वसामान्यपणे कर्मं सोडून देण्याला त्याग मानलं जातं. कारण ते प्रत्यक्षात दिसतात. परंतु यात त्याग करणाराची भावना कशा प्रकारची आहे, हे दिसून येत नाही. जसं- कोणी रंगीत वस्त्रप्रावरणांचा त्याग करून केवळ शुभ्र वस्त्रं धारण करण्याचा निश्चय करतो. त्या परिस्थितीत त्याचं रंगीत वस्त्रांचा त्याग करण्याचं कर्म दिसून येतं. परंतु त्याच्या मनात जर असे भाव असतील, की 'मला सक्तीने कुणाच्या तरी दबावाखाली हा त्याग करावा लागतोय, आजकाल बाजारात किती तरी नावीन्यपूर्ण डिझाइनचे आणि आकर्षक फॅशनचे सुंदर कपडे मिळतात. ते जर मला परिधान करता आले असते तर...' याचाच अर्थ, त्याने त्याच्या मनातील कामनेचा त्याग केलेला नाही. अशा प्रकारे मनुष्याच्या मनात सुरू असणारे आसक्तियुक्त विचार कोणालाही दिसत नाहीत.

म्हणून मनातील कामना, इच्छा यांचा त्यागच खरा त्याग आहे. आतून, मनातील इच्छांचा त्याग घडल्याने मनुष्याचा बाह्य वस्तूंचा मोह नष्ट होतो, मग तो त्या वस्तूंशी आसक्त होत नाही. परंतु मनुष्य जेव्हा मोहवश एखाद्या बाह्य वस्तूचा त्याग करतो, त्याला तामसी त्याग म्हटलं जातं. उपरोल्लिखित उदाहरणात मनुष्याला आपण लोकांना चारित्र्यवान दिसावं हा मोह आहे. हा तामसी त्याग आहे.

८

श्लोक अनुवाद : आणि जर एखादा मनुष्य- 'जे काही कर्म आहे, ते

सर्व दुःखरूपच आहे' असं मानून जर कोणी शारीरिक क्लेशाला घाबरून कर्तव्य-कर्मांचा त्याग करेल, तर तो असा राजस त्याग करून त्यागाचं फळ कोणत्याही प्रकारे प्राप्त करू शकत नाही॥८॥

गीतार्थ : कोणताही मनुष्य आपली कर्तव्य कर्मं दुःखदायी समजून शारीरिक त्रासाच्या भयाने त्यांचा त्याग करत असेल तर त्याच्या त्यागाला राजस त्याग म्हटलं जातं.

जसं- यज्ञ, दान, तप इत्यादी शास्त्रानुकूल कर्म करताना मनुष्याला नियमांचं, वेळेचं काटेकोर पालन करावं लागतं, आत्मानुशासित व्हावं लागतं. पैसेदेखील खर्च करावे लागतात. या सर्व गोष्टींचा मनुष्याला त्रास होतो. फळाची आशा त्यागून कर्म करणं त्याच्यासाठी त्रासदायक ठरतं, कर्मालाच फळ मानून जीवन जगणं लाभदायक वाटत नाही. दान करतानादेखील तो विचार करतो, की माझा पैसा तर कमी होणार नाही ना! मानसिक, शारीरिक आणि मौखिक तप करताना त्याला त्रास होतो. या सर्व बाबींना घाबरून जर त्याने सत्कर्मांचा त्याग केला तर तो राजसी त्याग असेल.

उदाहरणादाखल एका मनुष्याला लोकांविषयी तक्रार करण्याची सवय असते. मानसिक तप करताना तो संकल्प सोडतो, 'मी आता कोणाविषयी तक्रार करणार नाही.' परंतु असं करताना तो बेचैन होतो. त्याला वाटतं, 'समोरील व्यक्तीची चूक आहे, हे स्पष्टपणे दिसतंय, तरी मी शांत का राहू? मला कोणतंही मानसिक तप वगैरे करायचं नाही.' अशा प्रकारे तो मनुष्य त्याच्या मनाला काही त्रास झाल्याने तपाचा त्याग करतो. हाच आहे राजस त्याग!

खरंतर मनुष्याला निसर्गाचे नियमच माहीत नसतात आणि जरी माहीत असले तरीही त्याचा त्या नियमांवर विश्वास नसतो. त्यामुळे शास्त्रानुकूल कर्म करताना मनुष्याला दुःख होतं. तो जे निसर्गाला देतो, ते त्याला कित्येक पटीने वाढून परत मिळतं, हे त्याला माहीत नसतं. दुःखी राहून जर त्याने

निसर्गाला दुःखाची भावना दिली तर दुःख कितीतरी पटीने वाढून त्याच्याकडे परत येतं. म्हणून त्याग जर राजस असेल तर त्याचं चांगलं फळ मिळत नाही, असं म्हटलं गेलं आहे.

राजस मनुष्याला त्याचे आई-वडील, गुरू, वरिष्ठ यांच्या आज्ञेचं पालन करणं म्हणजे जणू गुलामी पत्करणं असंच वाटतं. त्यांच्या आज्ञेचा भंग करून मनमानी आयुष्य जगण्याला तो स्वातंत्र्य समजतो. कौटुंबिक जबाबदाऱ्या पार पाडणं त्याला उद्वेगजनक वाटतं. धावपळ करून अधिकाधिक पैसा कसा कमावता येईल, या प्रयत्नातच तो व्यग्र असतो.

शरीराशी असलेल्या आसक्तीमुळे मनुष्याला तामस वा राजस त्याग करणं कठीण वाटतं. परिणामी तो कर्तव्य कर्मं सोडण्यासाठी प्रवृत्त होतो. मग अशा त्यागाचं मनोवांछित फळ त्याला मिळत नाही. मनुष्य लोभ, मोह, कष्ट, पीडा, भय इत्यादी विकारांमध्ये न फसता जेव्हा त्याग करतो, तेव्हा फलस्वरूप तो आसक्ती, अहंकार, क्रोध इत्यादींपासून मुक्त होतो. यासाठीच शरीराविषयी आसक्त होऊन शारीरिक कष्ट लक्षात घेऊन सत्कर्मांचा त्याग करू नये.

९

श्लोक अनुवाद : ''हे अर्जुना! जे शास्त्रविहित कर्म करणं कर्तव्य आहे- याच भावनेने आसक्ती आणि फळाचा त्याग करून केलं जातं- तोच सात्त्विक त्याग मानला गेला आहे''।।९।।

गीतार्थ : इथे भगवान श्रीकृष्ण स्पष्टपणे सांगत आहेत, की कर्तव्य कर्मं स्वरूपतः न त्यागता त्यात दडलेली आसक्ती आणि फळाचा त्याग सात्त्विक त्याग आहे.

जे नियत कर्म कर्तव्य समजून केलं जातं, ज्यात स्वार्थ वा सुख यांची कोणतीही कामना नसते, त्याला सात्त्विक त्याग मानलं जातं. सात्त्विक

त्यागात मनुष्य सात्त्विक कर्मं सोडत नाही. वास्तविक पाहता मनुष्य संपूर्ण कर्मांचा त्याग करूच शकत नाही. हे शरीर आपल्याला लाभलं आहे, तर याच्यासोबत काही ना काही कर्मं घडणारच. काहीही न करणं हेदेखील एक कर्म आहे आणि त्याचंदेखील फळ मिळतंच. जसं, अभ्यास न करणं हेदेखील एक कर्म आहे आणि परीक्षेत नापास होणं हे त्याचं फळ आहे. शांत बसणं हेदेखील एक कर्म आहे. पण न बोलताही मनुष्य बरंच काही बोलून जातो आणि त्याचं फळदेखील त्याला मिळतंच. कर्म केल्याशिवाय मनुष्य राहूच शकत नसेल तर मग जे काही कर्म होईल ते सात्त्विकच असावं. कारण सात्त्विक कर्मच कर्म-संन्यास योग घडवू शकतात.

राजस त्यागात शारीरिक त्रासाच्या भयाने, तर तामस त्यागात मोहामुळे कर्मांचा त्याग केला जातो. परंतु सात्त्विक त्यागात कर्मांचा स्वरूपतः त्याग केला जात नाही. उलट उत्साहाने, समजेसह, निष्काम भावनेने कर्मं केली जातात.

सात्त्विक त्यागात कर्त्याचा त्याच्या कर्मांशी संबंध नष्ट होतो. त्यामुळे ते कर्म बंधन तयार करत नाही. अर्थात तो संसाराशी, जगाशी संलग्न राहत नाही. राजस वा तामस त्यागात कर्मांचा स्वरूपतः त्याग केल्याने केवळ बाह्य कर्मांशी संबंध तुटला आहे असं दिसतं. परंतु आतून तसं नसतं. शारीरिक कष्टाच्या भयाने, कर्मांचा त्याग केल्याने कर्मं तर सुटतात, परंतु आपलं सुख आणि आराम यांच्याशी त्याचा संबंध जुळलेलाच राहतो. अशा प्रकारे मोहपूर्वक कर्मांचा त्याग केल्याने कर्मं तर सुटतात, पण तो मोहाशी संलग्न राहतो.

हे एका उदाहरणाद्वारे समजून घेऊ या. रखवालदाराची नोकरी करणारा राजसी मनुष्य खोटं बोलण्याच्या कर्माचा त्याग करतो. कारण तो जर खोटं बोलला तर त्याचा मालक त्याला फैलावर घेईल, त्याला त्रास देईल, ही भीती त्यामागे असते. म्हणून तो खोटं बोलण्याच्या कर्माचा त्याग करतो. परंतु तो

अध्याय १८ : ९

शरीराच्या सुख-सुविधेत गुंतून राहतो. मात्र एक तामसी रखवालदार जेव्हा खरं बोलतो, तेव्हा त्याच्या कुटुंबाच्या मोहापायी तो खरं बोलत असतो. कारण खोटं बोलल्याने माझी नोकरी जाऊ नये, माझ्या कुटुंबाला रस्त्यावर यावं लागू नये, अशी भीती त्याच्या मनात असते. आता हा मनुष्यदेखील खोटं बोलण्याच्या कर्माचा त्याग करतो. परंतु तो कुटुंबाच्या मोहात बद्ध आहे. एक सात्त्विक रखवालदार जेव्हा खरं बोलतो, त्यामागे कोणतंही कारण नसतं, तेव्हा त्याच्या मनातून तसे शब्द आपोआप निघतात. त्याच्याकडून खोटं बोलण्याचा त्याग होतो. कारण खरं बोलणं ईश्वरप्रेरित कर्म आहे आणि सात्त्विक मनुष्य नेहमी ईश्वरप्रेरित कर्म करतो. त्याच्या कर्मांमागे कोणत्याही वैयक्तिक लाभाची मनीषा नसते. तो तर केवळ नियंत्याच्या हुकमाचं पालन करतो.

तात्पर्य, कर्मांचा स्वरूपतः त्याग केल्याने बंधन तयार होतं आणि समजपूर्वक कर्म केल्याने मुक्ती मिळते. कर्ता आणि कर्म जेव्हा एक बनतात, तेव्हा तिथे केवळ अस्तित्व उरतं आणि त्या अस्तित्वामागे कोणतंही कारण नसतं. परिणामी बंधनही निर्माण होत नाही.

• मनन प्रश्न :

१. तुमची कर्मं यज्ञ बनत आहेत का?

२. तुम्ही ज्या कर्मांचा त्याग केला आहे, त्यावर दृष्टिक्षेप टाका. त्यानंतर ती कर्मं त्यागण्यामागे कोणतं कारण आहे? हा प्रश्न स्वतःला विचारा.

३. नियमांचं पालन करणं हे तुम्हाला आनंददायी वाटतं, की शिक्षा?

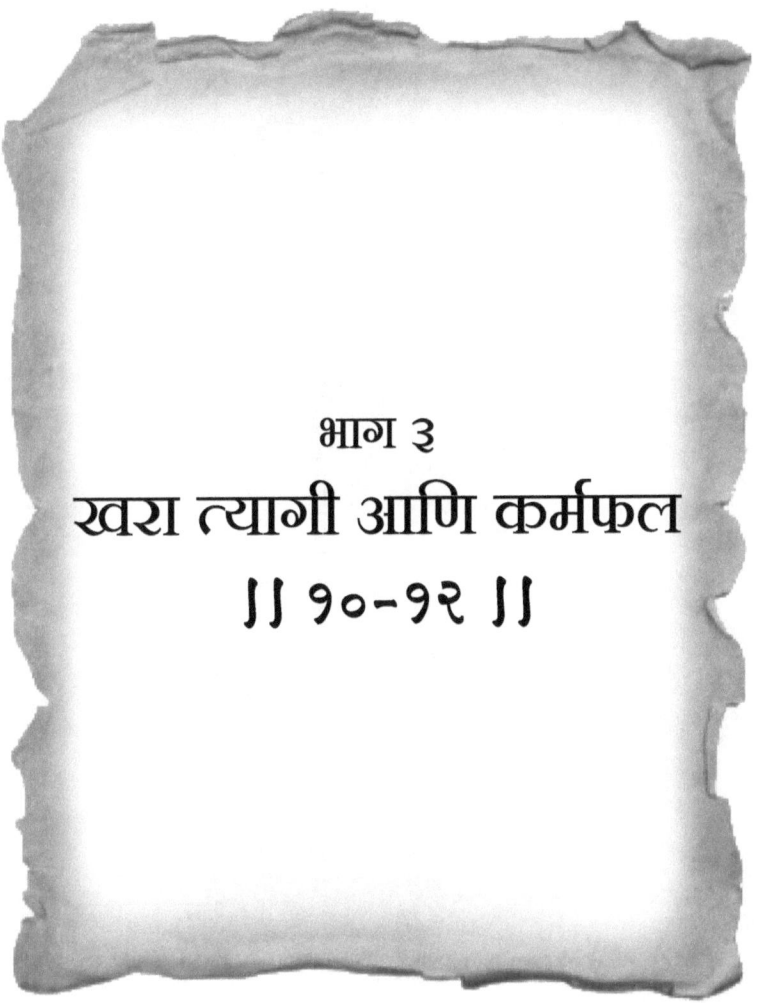

भाग ३
खरा त्यागी आणि कर्मफल
|| १०-१२ ||

अध्याय १८

नि द्वेष्ट्यकुशलं कर्म कुशले नानुषज्जते । त्यागी सत्त्वसमाविष्टो मेधावी छिन्नसंशयः।।१० ।।

न हि देहभृता शक्यं त्यक्तुं कर्माण्यशेषतः । यस्तु कर्मफलत्यागी स त्यागीत्यभिधीयते।।११ ।।

अनिष्टमिष्टं मिश्रं च त्रिविधं कर्मणः फलम्। भवत्यत्यागिनां प्रेत्य न तु सन्न्यासिनां क्वचित्।।१२ ।।

१०

श्लोक अनुवाद : आणि हे अर्जुना! जो मनुष्य– अकुशल कर्माचा द्वेष करत नाही, कुशल कर्मात आसक्त होत नाही–तो शुद्ध सत्त्वगुणाने युक्त पुरुष संशयरहित, बुद्धिमान आणि खरा त्यागी आहे।।१०।।

गीतार्थ : सात्त्विक पुरुषाची लक्षणं अधिक सविस्तर मांडत श्रीकृष्ण इथे सांगत आहेत, सत्त्वगुणाने युक्त पुरुष अमंगळ कर्मांचा द्वेष करत नाही आणि मंगलदायी कर्मांशी आसक्त होत नाही. तो सर्व शंकांतून मुक्त होऊन सात्त्विक त्यागात मग्न राहतो.

सात्त्विक पुरुष जेव्हा कोणाला दारू पिणं, जुगार खेळणं, फसवणूक करणं, चोरी करणं, अनैतिक मार्गाने पैसा कमावणं, धर्माच्या नावावर दंगल करणं, सणाच्या दिवशी गोंधळ माजवणं यांसारखी अशुभ कर्मं करताना पाहतो, तेव्हा तो त्यांचा द्वेष करत नाही. कारण हे लोक चेतनेच्या निम्न स्तरावर जगत असल्याने त्यांच्याकडून अशीच कर्मं होणार, हे त्याला माहीत असतं. जे काही घडत आहे, ते सर्व त्यांच्याच प्रार्थनेनुसार (कर्मानुसार) सुरू आहे, यावर त्याचा विश्वास असतो.

सात्त्विक पुरुषाला जेव्हा त्याचे मित्र सांगतात, 'आम्ही गंगा स्नानासाठी बनारसला चाललो आहोत... चार धाम यात्रेसाठी जात आहोत... कुंभ मेळ्यात स्नान करण्यासाठी जात आहोत... किंवा हरिद्वारला जात आहोत, तेव्हा त्याला असं वाटत नाही, की 'अरे! हे लोक यात्रेला जाऊन खूप पुण्य मिळवतील. पण आपण जाऊ शकत नाही... आपलं पाप कधी धुतलं जाईल! आपण कधी पुण्य मिळवणार?' कारण त्याचं तीर्थ बाहेर नसून आतच आहे, हे त्याने जाणलेलं असतं.

सर्वसामान्यपणे लोक अज्ञानात गुरफटलेले असल्याने हे जग यथार्थ रूपात पाहू शकत नाहीत. ते सर्व लोकांकडे आणि वस्तूंकडे आपल्या संकुचित दृष्टिकोनातूनच पाहतात. त्यांना जे प्रिय असतं, ते प्राप्त करण्यासाठी आटोकाट प्रयत्न करतात आणि जे अप्रिय असतं, ते त्यागण्याची पराकाष्ठा करतात. या घडामोडीत तो काही कर्मांशी आसक्त होतो, तर काही कर्मांचा द्वेष करू लागतो.

अध्याय १८ : ११

अशा लोकांच्या चित्तात काम, क्रोध, लोभ कायमस्वरूपी निवास करतात.

मात्र सत्त्वगुणी पुरुष या सर्व अवगुणांपासून मुक्त असतो. त्यामागे त्याची श्रेष्ठ विवेकशक्ती हेच मुख्य कारण आहे. तो स्वतःत आणि समोरच्यात एकच ईश्वर तत्त्व पाहतो. हे सारे अवगुण शरीर, मन, बुद्धी यांना चिकटलेले असून 'मी' यांपासून वेगळा आहे, हे तो जाणतो. त्यामुळेच तो शुभ-अशुभ कर्मांमध्ये सम स्थितीत राहू शकतो.

विवेकी पुरुष मनाचा साक्षी बनतो, तर एक अविवेकी पुरुष मनाच्या वृत्तींशी एकरूप होऊन दुःख भोगतो. म्हणूनच कोणत्याही वस्तूला यथार्थ दृष्टिकोनातून पाहण्यासाठी आणि त्याच्या दिखाऊ रूपाचा, सत्याचा त्याग करण्यासाठी त्याचं खरं स्वरूप समजणं आवश्यक आहे. वस्तूंना समजून घेण्याच्या या क्षमतेला मेधा किंवा बुद्धिमत्ता म्हटलं जातं.

असा बुद्धिमान पुरुष सर्व संशयांपासून मुक्त राहतो. वस्तूच्या अपूर्ण ज्ञानामुळेच मनुष्य संशयात गुरफटत राहतो. मनुष्याला जेव्हा स्वतःची खरी ओळख होते, तो शरीर नव्हे तर त्यापलीकडे असणारा 'स्व' आहे, याची अनुभूती येते, तेव्हा त्याच्या मनात शंकेला कोणताही वाव राहत नाही. मग त्याला त्याग करावा लागत नाही, तर त्याच्याकडून तो आपोआप घडतो.

११

श्लोक अनुवाद : कारण शरीर धारण केलेल्या कोणत्याही मनुष्याला संपूर्णपणे सर्व कर्मांचा त्याग करणं शक्य नाही, यासाठी जो कर्मफल त्यागी आहे, तोच त्यागी आहे- असं सांगितलं जातं॥११॥

गीतार्थ : मागच्या श्लोकाचा विषय पुढे नेत भगवान श्रीकृष्ण म्हणतात, ''वास्तविक, कोणताही देहधारी प्राणी समस्त कर्मांचा त्याग करू शकत नाही. त्यामुळे कर्म नव्हे तर कर्मफलाचा जो त्याग करतो, तोच खरा त्यागी आहे.

वास्तवात कर्म तर जीवनाचं प्रतीक आहे. मनुष्य जन्म लाभणं हेच एक मोठं, महान कर्म आहे. मग या कर्मातूनच अनेक कर्मं होतात. जीवित शरीराचा अर्थच सतत कर्म करणारं यंत्र असा आहे. जिथे कर्म नाही, तिथे सजीवतादेखील नाही. मनुष्याच्या मृत्यूपर्यंत शारीरिक आणि मानसिक क्रिया सुरू असतात. त्यामुळे मनुष्याकडे कर्म करावं की करू नये असा पर्यायच उपलब्ध नसतो. परंतु कर्म कसं करावं, याचे पर्याय निश्चितच उपलब्ध आहेत. मनुष्याने त्याची सर्व कर्मं ईश्वराला समर्पित करायला हवीत. सर्व कर्मं जेव्हा ईश्वराला समर्पित होतात, तेव्हा त्या कर्मांचं फळदेखील ईश्वरालाच समर्पित होतं. कारण कर्मफळाचा त्यागीच खरा त्यागी आहे. फळाच्या आसक्तीविषयी अनासक्तीच खरा त्याग आहे. म्हणून समजेसह असं कर्म करा, की कर्मच सफल फल बनावं. त्यानंतर फळाची अपेक्षा करणंच संपुष्टात येईल.

१२

श्लोक अनुवाद : आणि- कर्मफलाचा त्याग न करणाऱ्या मनुष्यांच्या कर्मांची चांगलं, वाईट आणि मिश्रित- अशी तीन प्रकारची फळं मृत्यूनंतर अवश्य मिळतात, परंतु कर्मफलाचा त्याग करणाऱ्या मनुष्यांच्या कर्माचं फळ कोणत्याही काळात निर्माण होत नाही।।१२।।

गीतार्थ : फळाची इच्छा ठेवून कर्म करणाऱ्यांना तीन प्रकारची फळं मिळतात. सुख देणारी, दुःख देणारी आणि सुख-दुःख मिश्रित फळं. बहुसंख्य फळं ही सुख-दुःख मिश्रितच असतात. या आधी सांगितल्याप्रमाणे कर्मं तीन प्रकारची असतात- सात्त्विक, राजसी आणि तामसी. त्यांनुसारच परिणाम प्राप्त होतात. सात्त्विक कर्म सुखाशी आसक्ती वाढवतं. कारण सत्त्वगुणाचं फळ सुख आहे. रजोगुणाचं फळ अशांती म्हणजेच दुःख आहे तर तमोगुणाचं फळ आळस आणि मोह आहे.

अध्याय १८ : १२

त्याग न करणाऱ्याला या तिन्ही प्रकारची फळं भोगावी लागतात. पृथ्वीवरील जीवनातही आणि पृथ्वीजीवनानंतरही. वास्तविक कर्म आणि फळ हे परस्परांमध्ये जोडले गेलेले असतात. एकाशिवाय दुसऱ्याचं अस्तित्वच नसतं. जसं- आंबे आहेत तर गोडवा आहे, तसंच कर्म आहे तर फळ आहे. त्यामुळे मनुष्याला कर्माचं फळ जिवंतपणी तर भोगावं लागतंच पण मरणोत्तरही भोगावं लागतं. जीव निरंतर अखंड गतीने चालत आहे. त्याला मृत्यू नावाचा कोणताही ब्रेक नाही. परंतु आपण स्थूल शरीर सुटेपर्यंतच्या काळालाच जीवन मानतो. वास्तविक जीवन तर निरंतर प्रवाही आहे आणि मृत्यू उपरांत जीवनातदेखील (पार्टटूमध्ये देखील) कर्माचे नियम लागू होतात.

ज्यांची फळाविषयीची आसक्ती पूर्णपणे नष्ट झालेली असते, असे लोकच कर्म आणि फळ यांच्या खेळापासून मुक्त राहतात. त्यांना कर्माची फळं भोगावी लागत नाहीत. इंद्रियं, मन आणि बुद्धी यांद्वारे हे शरीर कर्म करत असतं. ते यांपासून वेगळे असतात, स्वतःला कर्ता मानत नाहीत. त्यामुळे ते भोक्तादेखील नसतात. हे त्या लोकांना योग्य प्रकारे माहीत असतं. मग फळ सुखद असो वा दुःखद. करण्या-भोगण्यापासून ते मुक्त अशा आपल्या खऱ्या स्वरूपात स्थित असतात. पृथ्वीवर आणि पृथ्वीवरून गेल्यानंतरही!

● *मनन प्रश्न :*

१. खऱ्या त्यागीची लक्षणं वाचून आपला दृष्टिकोन बदलण्याची वेळ आली आहे असं तुम्हाला वाटतं का?

२. कर्म करताना आपलं लक्ष कर्माच्या फळावर किती टक्के असतं? कर्मफळाचा त्याग करण्यासाठी तुम्ही मनाला कोणती समज द्याल, यावर मनन करा.

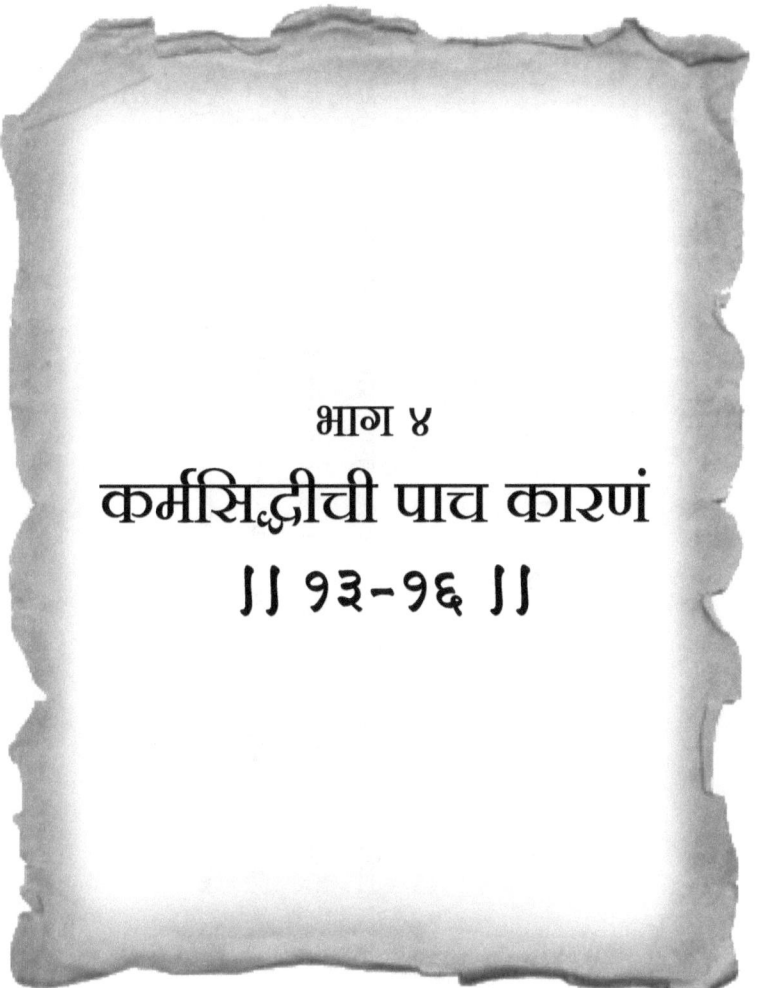

भाग ४
कर्मसिद्धीची पाच कारणं
॥ १३-१६ ॥

अध्याय १८

पिञ्चैतानि महाबाहो कारणानि निबोध में । साङ्ख्ये कृतान्ते प्रोक्तानि सिद्धये सर्वकर्मणाम् ।।१३ ।।

अधिष्ठानं तथा कर्ता करणं च पृथग्विधम् । विविधाश्च पृथक्चेष्टा दैवं चैवात्र पञ्चमम् ।।१४ ।।

शरीरवाङ्मनोभिर्यत्कर्म प्रारभते नरः । न्याय्यं वा विपरीतं वा पञ्चैते तस्य हेतवः ।।१५ ।।

तत्रैवं सति कर्तारमात्मानं केवलं तु यः । पश्यत्यकृतबुद्धित्वान्न स पश्यति दुर्मतिः ।।१६ ।।

१३

श्लोक अनुवाद : आणि हे महाबाहो! संपूर्ण कर्मांच्या सिद्धीच्या या पाच हेतूकर्मांचा अंत करण्याचे उपाय सांख्यशास्त्रात सांगितले गेले आहेत, ते तू माझ्याकडून योग्य प्रकारे जाणून घे॥१३॥

गीतार्थ : सात्त्विक त्यागी बनण्यासाठी अर्जुनाच्या मनात कर्माचं स्वरूप विस्तृतपणे जाणण्याची जिज्ञासा निर्माण झाली. याचं उत्तर देताना भगवान कृष्ण या विभागात सांगतात, ''हे महाबाहो! कर्म शास्त्रानुकूल असो वा शास्त्र-निषिद्ध, मानसिक-शारीरिक असो किंवा वाचिक, स्थूल असो वा सूक्ष्म, यांच्या सिद्धीची पाच कारणं आहेत. त्यांना कर्माचं अंगच मानायला हवं. यांच्याशिवाय कर्मसिद्धी शक्यच नाही.''

याच पाच कारणांचं वर्णन सांख्यदर्शनात आलंय. कर्मयोग आणि सांख्ययोग यांमध्ये शरीर, मन आणि बुद्धी यांपासून अनासक्त होण्याची युक्ती सांगितली गेली आहे. या अनासक्तीची प्रचिती घेऊनच मनुष्य निष्काम कर्म करू शकतो. यालाच कर्माचा अंत म्हटलं गेलंय. कर्म करतानादेखील कर्मांच्या अवस्थेत राहता येतं. कर्मयोगात मोहाच्या त्यागाने आणि सांख्ययोगात अहंकाराच्या त्यागाने हे शक्य आहे.

श्रीकृष्ण सांगतात, ''आता मी तुला हीच पाच कारणं सांगतो, ती तू लक्षपूर्वक ऐक.''

१४

श्लोक अनुवाद : आणि हे अर्जुना!- या विषयात अर्थात कर्मांच्या सिद्धीत अधिष्ठान आणि कर्ता तसंच भिन्न-भिन्न प्रकारचे करण व नाना प्रकारचे प्रयत्न तसाच पाचवा हेतू दैव आहे॥१४॥

गीतार्थ : कर्मसिद्धीसाठी ज्या पाच कारणांची गरज आहे, ती स्पष्ट करत श्रीकृष्ण सांगतात- ''अधिष्ठान, कर्ता, करण, प्रयत्न आणि दैव या पाच साधनांद्वारे कोणतंही कर्म पूर्ण करता येऊ शकतं.''

चला तर, ही पाच साधनं एका उदाहरणाद्वारे क्रमवार समजून घेऊ या.

१. अधिष्ठान : कोणतंही कर्म करायचं असेल, तर त्याला एका आधाराची गरज

असते. अर्थात त्यासाठी एक स्थान, ठिकाण हवं. जसं, एक बाग तयार करायची असेल तर जमिनीशिवाय बाग बनवता येणार नाही. याच प्रकारे कोणतंही कर्म करण्यासाठी शरीर आवश्यक आहे. याचाच अर्थ शरीर पहिलं साधन आहे.

२. कर्ता : कर्ताचा अर्थ आहे करणारा. बागेला जमीन आहे, परंतु माळी नसेल तर बाग कशी बनणार? अशा प्रकारे शरीराने कर्म करणारा असायला हवा, अन्यथा कर्म कसं होईल? परमेश्वर जेव्हा शरीराशी संलग्न होतो, तेव्हा अज्ञानामुळे तो स्वतःला शरीर, मन, बुद्धी समजू लागतो. मग हा यांच्यात गुंतलेला ईश्वर मनोशरीर यंत्राद्वारे होणाऱ्या क्रियांचा कर्ता तसंच सुख-दुःखाचा भोक्तादेखील बनतो. वास्तविक त्याचा मूळ स्वभाव आहे- द्रष्टेपणा! कर्तेपणा आणि भोक्तेपणा हा त्याचा स्वभाव नव्हे.

३. करण : अर्थात साधन, कारण. आपल्याजवळ जमीन आहे, माळी आहे. परंतु माळ्याजवळ खुरपी, खोरे, बी, खत इत्यादी साधनं नसतील तर बगीचा बनणारच नाही. अशाच प्रकारे कार्यसिद्धीसाठी मनुष्याला निरनिराळ्या साधनांची आवश्यकता भासते. ती साधनं आहेत- त्याची पाच ज्ञानेंद्रियं आणि पाच कर्मेंद्रियं.

४. प्रयत्न : प्रयत्न, वेगवेगळ्या क्रिया, व्यवहार, व्यापार. जमीन आहे, माळी आहे, बीज-खत इत्यादी साधनं आहेत. परंतु माळी आळसामुळे निष्क्रियपणे बसून राहिला तर साधनं असूनही कर्माचा शुभारंभ होऊ शकणार नाही. बाग बनणार नाही, फुलं उमलणार नाहीत. त्यासाठी माळ्याला बागेत निरंतर काम करत राहावं लागेल, तेव्हाच कार्य पूर्ण होईल. अशाच प्रकारे सर्व साधनं उपलब्ध असूनही मनुष्याने कोणतीही क्रिया केली नाही तर कार्यसिद्धी होऊ शकणार नाही.

५. दैव : वरील चारही कारणं उपलब्ध असली तरीही दैव अर्थात कृपेशिवाय काहीही शक्य नाही. हे पाचवं साधन आहे. जमीन आहे, माळी आहे, बीज-खत आहे, माळीदेखील माळीकाम करण्यासाठी तयार आहे. परंतु जर पाऊसच पडला नाही तर काहीच उपयोग होणार नाही, बागच बनणार नाही. या पाच कारणांपैकी सर्वांत महत्त्वपूर्ण कारण आहे ईश्वरकृपा!

१५

श्लोक अनुवाद : कारण– मनुष्य मन, वाणी आणि शरीर यांच्याद्वारे शास्त्रानुकूल अथवा शास्त्राला संमत नसणारी जी काही कर्मं करतो– त्याची ही पाच कारणं आहेत॥१५॥

गीतार्थ : भगवान श्रीकृष्ण पुन्हा एकदा याचं महत्त्व विशद करत सांगतात, "मनुष्य शरीर, मन, वाणी यांद्वारेदेखील जी काही कर्मं करतो, मग ती शास्त्रानुकूल असोत वा शास्त्रविरोधी, ती पूर्ण करण्यासाठी अधिष्ठान, कर्ता, करण, प्रयत्न आणि दैव या पाच कारणांची आवश्यकता असते."

मनुष्याकडे कर्मं करण्यासाठी तीन साधनं आहेत– शरीर, मन आणि वाणी. शरीराच्या इंद्रियांद्वारे आपण पाहणं, ऐकणं, खाणं, बोलणं, वास घेणं या क्रिया करतो. या क्रिया कधी शास्त्रानुकूल असतात तर कधी शास्त्रविरोधी. जसं– आपली दृष्टी कधी विकारांनी भरलेली, तर कधी विकाररहित असते. कधी आपण कर्णकर्कश संगीत ऐकतो तर कधी गुरुवाणी, कधी आपण सात्त्विक भोजन करतो, तर कधी तिखट मसालेदार, कधी लोकांशी अतिशय नम्रपणे बोलतो, तर कधी शिवीगाळ करतो. कधी आपले विचार नकारात्मक असतात, तर कधी सकारात्मक. अशा प्रकारे प्रत्येक क्रिया कधी योग्य तर कधी अयोग्य रीतीने केली जाते. शरीर, मन, वाणी यांद्वारे आपण जे काही करण्यायोग्य अथवा न करण्यायोग्य कर्म करतो, त्यामागे ही पाच मूलभूत कारणं आहेत.

१६

श्लोक अनुवाद : परंतु असं होऊनही जो मनुष्य अशुद्ध बुद्धी असल्याने त्या विषयात म्हणजेच कर्मात केवळ शुद्ध स्वरूप आत्म्यालाच कर्ता समजतो, तो मलिन बुद्धीवाला अज्ञानी यथार्थ समजत नाही॥१६॥

गीतार्थ : कर्मसिद्धीची पाच कारणं असूनही मनुष्य जेव्हा शुद्ध स्वरूपाला कर्ता समजत असेल, तेव्हा त्याची बुद्धी मलिन आणि अशुद्ध समजायला

हवी. असा अज्ञानी सत्यापासून वंचित राहतो.

ईश्वर स्वतः कार्य करत नाही. परंतु आपल्या उपस्थितीत कार्यसिद्धीच्या पाच साधनांना क्रियाशील करतो. जसं- सूर्य उगवताच पक्षी किलबिलाट करू लागतात, फुलं उमलू लागतात, सर्व प्राण्यांचे दैनंदिन व्यवहार सुरू होतात. सूर्य कर्ता नाही, तरीही त्याच्या उपस्थितीत सर्वकाही घडत असतं.

मनुष्यात ज्ञानाचा अभाव असल्याने तो स्वतःला कर्ता आणि भोक्ता मानतो. मात्र ज्या क्षणी त्याला आपल्या अस्तित्वाची जाणीव होते, त्या क्षणी त्याचं वेगळं अस्तित्व समाप्त होतं, द्वैतभाव संपुष्टात येतो. सर्व प्रकारची उचित आणि अनुचित कर्मं शरीर, कर्ता, करण, प्रयत्न आणि दैव यांच्या साहाय्याने होत असतात. परंतु यांना चेतना प्रदान करणारा परमात्मा अकर्ताच आहे हे त्याला समजून येतं. अज्ञानी लोक शुद्ध स्वरूप आत्म्याला आपल्यासारखाच कर्ता मानतात. अशा प्रकारे जे वास्तवापासून दूर आहेत, अशा मलिन लोकांना श्रीकृष्ण बुद्धिमान असं संबोधत आहेत.

सत्संग, गुरुवचन, ध्यान, पठण, मनन यांद्वारे ज्यांनी आपल्या विवेकाला धार लावली नाही, त्यांची बुद्धी मलिन होते. ते पृथ्वीवर सुरू असलेलं नाटकच सत्य मानतात आणि अभिनय करणारांमध्ये गुंतून राहतात. जो मनुष्य चित्त शुद्ध-बुद्ध करून आत्ममंथन करतो, त्याला हा साक्षात्कार होतो, की निर्लिप्त सेल्फ कधीही थकत नाही. कारण आरामाची आवश्यकता शरीराला असते, ईश्वराला नाही.

निसर्ग स्वचलित आणि स्वघटित असून इथे प्रत्येक कर्म जरी होत असलं, तरी करणारा कोणीही नाही. सर्व कार्यं मनुष्याकडून आपोआप घडत असतात.

• मनन प्रश्न :

१. तुम्ही तुमच्या कार्याचं श्रेय स्वतःकडे घेता का?

२. कर्मसिद्धीची पाच कारणं जाणल्यानंतर तुम्हाला काय समजलं?

भाग ५

अकर्ता, कर्ता, कर्मप्रेरणा आणि कर्मसंग्रह

|| १७-१८ ||

अध्याय १८

यस्य नाहङ्कृतो भावो बुद्धिर्यस्य न लिप्यते । हत्वापि स इमाँल्लोकान्न हन्ति न निबध्यते ॥१७॥

ज्ञानं ज्ञेयं परिज्ञाता त्रिविधा कर्मचोदना । करणं कर्म कर्तेति त्रिविध: कर्मसङ्ग्रह: ॥१८॥

१७

श्लोक अनुवाद : आणि हे अर्जुना! ज्या पुरुषाच्या अंतःकरणात 'मी कर्ता आहे' असा भाव नाही, ज्याची बुद्धी सांसारिक पदार्थांमध्ये आणि कर्मांमध्ये लिप्त होत नाही, तो पुरुष या सर्व लोकांना मारूनही वास्तविक ना तो मारतो, ना पापाने बद्ध होतो।।१७।।

गीतार्थ : मागील श्लोकात श्रीकृष्णांनी सांगितलं, की अज्ञानी लोकांमध्ये कर्ताभाव कायम असतो. आता या श्लोकात ते ज्ञानी पुरुषाची स्थिती सांगत आहेत. ज्ञानी पुरुषाच्या चित्तात अहंकाराचा भाव आणि कर्तृत्वाचं भान राहत नाही, असं श्रीकृष्ण सांगत आहेत. शरीर आणि त्याच्या क्रियांसोबत तो आपला संबंध जोडत नाही आणि स्वतःला अकर्ता मानतो. जसं, एका सामान्य मनुष्याचा अनुभव असतो, की 'घरात राहूनही मी घरापासून वेगळा आहे'... 'घरदेखील मी आहे' असं कोणालाही वाटत नाही. अगदी अशाच प्रकारे ज्ञानी पुरुषाचा अनुभव असतो, की देहरूपी घरात मी राहतो. मात्र, याच्याशी माझा काहीएक संबंध नाही. सर्व क्रियांचा संबंध ईश्वराशी जोडून तो स्वतः शून्यावस्थेत उपस्थित राहतो.

शास्त्रानुकूल आणि शास्त्रविपरीत अशी सर्व कर्मं एकाच प्रकाशाच्या उपस्थितीत घडतात, हे ज्ञानी मनुष्य जाणतो. परंतु प्रकाश त्या क्रिया करणारा अथवा करून घेणारा नाही. ही प्रकृती स्वयंचलित आहे. त्यामुळे 'अमुक घटना घडावी, अमुक घडू नये' असं कोणतंही द्वंद्व त्याच्या बुद्धीत सुरू नसतं. तो कर्ताही नसतो आणि भोक्ताही नसतो. या समजेसह त्याची बुद्धी कोणत्याही कर्माशी आसक्त होत नाही आणि विकारांशी युक्तही होत नाही.

श्रीकृष्ण म्हणतात, ''असा आत्मस्थित मनुष्य लोकांना मारूनही मारत नाही, ना पापाने बद्ध होतो.'' तो हत्या करूनदेखील वास्तविक हत्या करत नाही. पण याचा अर्थ असा नव्हे, की ज्ञानी पुरुष हत्येसारख्या दुष्कर्मांसाठी प्रवृत्त होतात. याचा अर्थ, कर्तेपणाच्या अभिमानापासून दूर असणाऱ्या पुरुषाला कोणतंही कर्म बंधनात टाकत नाही. कुठलंही कर्म त्याच्यासाठी बंधन बनत नाही.

एखाद्याची हत्या करणाराला फाशीची शिक्षा ठोठावली जाते आणि

अध्याय १८ : १८

युद्धभूमीवर शत्रुपक्षातील सैनिकाची हत्या करणाराला महावीर चक्र दिलं जातं, हे आपण व्यवहारात पाहतो. दोन्ही घटनांमध्ये हत्याच घडते, परंतु अहंकाराचा भाव आणि अभाव हा त्यातील फरक आहे. त्यामुळे दोघांचा परिणाम वेगवेगळा येतो.

चित्तात जेव्हा राग-द्वेष निर्माण होतो, तेव्हा चित्ताची स्थिती डळमळीत होते, हीच स्थिती बंधन निर्माण करते. ज्ञानी पुरुषाच्या चित्तात कोणत्याही प्रकारची चलबिचल होत नाही. त्यामुळेच तो अखंड मुक्त अवस्थेचा अनुभव करतो.

१८

श्लोक अनुवाद : आणि हे अर्जुना! ज्ञाता, ज्ञान आणि ज्ञेय ही तीन प्रकारची कर्म-प्रेरणा आहे आणि कर्ता, करण तसंच क्रिया- या तीन प्रकारच्या गोष्टी कर्म-संग्रह आहे।।१८।।

गीतार्थ : आतापर्यंत कर्माच्या स्वरूपाचं विवरण करताना भगवान श्रीकृष्णांनी कर्मसिद्धीच्या पाच कारणांचं वर्णन केलं आहे. तसंच यांपासून भिन्न असलेल्या अकर्ता अवस्थेचंदेखील वर्णन केलं आहे. या विषयाचा विस्तार करत आता ते कर्म प्रेरणा आणि कर्म-संग्रह यांविषयी सांगत आहेत.

कोणतंही कर्म करण्यासाठी दोन गोष्टींची आवश्यकता असते. पहिली प्रेरणा आणि दुसरी क्रिया. प्रथम मनात प्रेरणा निर्माण होते आणि नंतर क्रिया केली जाते. आता आपण प्रेरणेविषयी जाणून घेऊ या.

कोणत्याही कार्याच्या प्रेरणेत तीन कारक सामील असतात- १. ज्ञान २. ज्ञेय ३. ज्ञाता.

ज्ञान- जे कर्म करायचं आहे, त्याची माहिती एकत्र करणं हे ज्ञान आहे. कर्म संपादनासाठी हे एक आवश्यक पाऊल आहे. जसं, तुम्हाला चित्र काढायचं

अध्याय १८ : १८

असेल तर आधी मनात चित्र काढायचा विचार येईल. चित्र कसं काढलं जातं, त्याची माहिती एकत्र केली जाईल. याचाच अर्थ, हे ज्ञान आहे.

ज्ञेय – ज्याच्या बाबतीत ज्ञान प्राप्त करायचं आहे, ते ज्ञेय आहे. इथे चित्रकला ज्ञेय आहे. चित्रकलेचं ज्ञान प्राप्त करण्याचा निश्चय वारंवार मनात आणल्याने पुढचं पाऊल उचललं जाऊ शकतं.

ज्ञाता – जो ज्ञान प्राप्त करतो आणि जो ज्ञेयचा निश्चय करतो, तो ज्ञाता.

या तिन्ही बाबी मनात राहतात, त्यामुळे याला 'कर्म प्रेरणा' म्हटलं जातं. अंतःकरणात कर्माची प्रेरणा उत्पन्न झाल्यानंतर ते पूर्ण करण्यासाठी कर्ता, करण आणि कर्म यांची आवश्यकता असते. यालाच इथे 'कर्म संग्रह' म्हटलं जातं. आता कर्म-संग्रह म्हणजे काय, हे सविस्तर समजून घेऊ या.

करण – म्हणजे साधन. प्रत्यक्ष कर्म करण्यासाठी साधन असणं गरजेचं असतं. चित्रकलेचं ज्ञान जरी आपण प्राप्त केलं, तरी प्रत्यक्ष चित्र काढण्यासाठी कागद, पेन्सिल, रंग, ब्रश या वस्तू आवश्यक असतात.

कर्म – कोणतंही कार्य पूर्ण करण्यासाठी क्रिया घडायला हवी. चित्र काढण्यासाठी आपण आवश्यक साधनं जमा केली. परंतु प्रत्यक्षात पेपर, पेन्सिल, रंग घेऊन बसलो नाही, तर सगळी साधनं वाया जातील आणि कार्यसिद्धी होणार नाही.

कर्ता – कागदावर चित्र उतरवणारा कर्ता आहे. चित्रकलेचं ज्ञान प्राप्त करून आपण ज्ञाता बनलो, कर्ता नाही. आपण जेव्हा चित्र काढतो तेव्हा कर्ता बनतो.

कर्ता बनून, साधन जमा करून चित्र काढण्याच्या कर्माला 'कर्म संग्रह' म्हटलं जातं. अशा प्रकारे कर्म प्रेरणा असून मानसिक ज्ञान क्रिया आहे आणि कर्म-संग्रह प्रत्यक्ष शारीरिक क्रिया आहे. शेवटी ज्ञाताच कर्ता बनतो.

अध्याय १८ : १८

तात्पर्य, मानसिक आणि शारीरिक सामंजस्याने कोणतंही कार्य योग्य रीतीने संपादित केलं जाऊ शकतं.

● **मनन प्रश्न :**

१. काहीही न करता करणं आणि कर्म करत असतानाही अकर्ता राहणं, यातून तुम्हाला काय समजलं?

भाग ६
ज्ञान, कर्म आणि कर्ता यांमधील फरक
॥ १९-२८ ॥

अध्याय १८

ज्ञानं कर्म च कर्ता च त्रिधैव गुणभेदतः । प्रोच्यते गुणसङ्ख्याने यथावच्छृणु तान्यपि ।।१९।।

सर्वभूतेषु येनैकं भावमव्ययमीक्षते । अविभक्तं विभक्तेषु तज्ज्ञानं विद्धि सात्त्विकम् ।।२०।।

पृथक्त्वेन तु यज्ज्ञानं नानाभावान्पृथग्विधान । वेत्ति सर्वेषु भूतेषु तज्ज्ञानं विद्धि राजसम ।।२१।।

यत्तु कृत्स्नवदेकस्मिन्कार्ये सक्तमहैतुकम्। अतत्त्वार्थवदल्पंच तत्तामसमुदाहृतम् ।।२२।।

नियतं सङ्गरहितमरागद्वेषतः कृतम। अफलप्रेप्सुना कर्म यत्तत्सात्त्विकमुच्यते।।२३।।

यत्तु कामेप्सुना कर्म साहङ्कारेण वा पुनः। क्रियते बहुलायासं तद्राजसमुदाहृतशम् ।।२४।।

अनुबन्धं क्षयं हिंसामनवेक्ष्य च पौरुषम् । मोहादारभ्यते कर्म यत्तत्तामसमुच्यते ।।२५।।

मुक्तसङ्गोऽनहंवादी धृत्युत्साहसमन्वितः। सिद्ध्यसिद्ध्योर्निर्विकारः कर्ता सात्त्विक उच्यते ।।२६।।

रागी कर्मफलप्रेप्सुर्लुब्धो हिंसात्मकोऽशुचिः। हर्षशोकान्वितः कर्ता राजसः परिकीर्तितः ।।२७।।

आयुक्तः प्राकृतः स्तब्धः शठोनैष्कृतिकोऽलसः। विषादी दीर्घसूत्री च कर्ता तामस उच्यते।।२८।।

१९

श्लोक अनुवाद : त्या- गुणांची संख्या करणाऱ्या शास्त्रात ज्ञान आणि कर्म तसंच कर्ता या गुणांमधील फरक तीन-तीन प्रकारचे सांगितले आहेत; तेदेखील तू माझ्याकडून व्यवस्थित ऐक।।१९।।

गीतार्थ : कोणतंही कर्म संपादित होण्यासाठी तीन गोष्टींची आवश्यकता असते. त्यांपैकी पहिली 'कर्म', जे केलं जातं. दुसरी 'कर्ता' जो ते कर्म करतो आणि तिसरी आहे 'ज्ञान', जे जाणूनच ते कर्म केलं जाऊ शकतं. उदाहरणार्थ, 'विद्यार्थ्याने पुस्तक वाचलं.' या वाक्यात विद्यार्थी कर्ता, पुस्तक वाचलं जाणं, कर्म आणि माहिती अवगत झाल्यानंतर जो ते पुस्तक वाचू शकतो, तो कर्ता! इथे भाषेच्या माहितीला 'ज्ञान' म्हटलं जाईल.

इतर गुण, स्वभाव, आचार-व्यवहार इत्यादीप्रमाणे कर्म, कर्ता आणि ज्ञान हेदेखील तीन गुणांच्या 'रज, सत आणि तम' या आधारानुसार तीन प्रकारचे असतात. पुढील काही श्लोकांमध्ये श्रीकृष्ण हाच फरक सांगत आहेत.

२०-२२

श्लोक अनुवाद : ''हे अर्जुना- ज्या ज्ञानाने मनुष्य पृथक्-पृथक् सर्व भूतांमध्ये एका अविनाशी परमात्मभावाला विभागरहित समभावात स्थित पाहतो, त्या ज्ञानाला तर तू सात्त्विक मान''।।२०।।

मात्र ज्या ज्ञानाद्वारे मनुष्य संपूर्ण भूतांमध्ये भिन्न भिन्न प्रकारचे विविध भाव जाणतो, त्या ज्ञानाला तू राजस मान।।२१।।

परंतु जे ज्ञान एका कार्यरूप शरीरातच संपूर्णपणे आसक्त आहे तसंच जो युक्तिविरहित, तात्त्विकदृष्ट्या अर्थरहित आणि तुच्छ आहे- त्याला तामस म्हटलं गेलं आहे।।२२।।

गीतार्थ : श्रीकृष्ण ज्ञानाचे तीन फरक विशद करत आहेत- सात्त्विक, राजस आणि तामस. सात्त्विक ज्ञान म्हणजे ज्याद्वारे आपण ते एकमेव ब्रह्म, परमेश्वर आणि त्याची विस्तारलेली माया अनुभवाने जाणू शकतो. गीतेत श्रीकृष्णाद्वारे सांगितलं

अध्याय १८ : २०-२२

गेलंय, सांख्यज्ञान किंवा आत्मयोगच सात्त्विक ज्ञान आहे. मनुष्य जेव्हा सात्त्विक ज्ञान धारण करतो, तेव्हा त्याच्याकडून अहं ब्रह्मास्मी, तत्त्वमसी, सोहम, एक ओंकार सत्नाम... असे उद्घोष निघतात.

सरळ शब्दांतच सांगायचं झालं तर जे ज्ञान आपल्यातील 'मी' विलीन करतो, तेच सात्त्विक ज्ञान होय. याव्यतिरिक्त जगात ज्ञानाच्या नावावर जे काही सांगितलं जातंय ते म्हणजे प्रचलित गोष्टी, विज्ञान, माहिती आणि अज्ञान आहे.

विसाव्या श्लोकात श्रीकृष्ण सांगतात- ''मनुष्य ज्या ज्ञानाद्वारे जगात डोळ्यांनी दिसणारे सर्व जड पदार्थ, चेतन प्राणी, वनस्पती, वस्तू इत्यादींमध्ये त्याच एका परमचेतनेला पाहण्यात सक्षम असतो. म्हणूनच हे अर्जुना, तू या ज्ञानाला सात्त्विक ज्ञान समज.'' गीता ऐकवून श्रीकृष्ण अर्जुनाला अज्ञानातून बाहेर काढून सात्त्विक ज्ञान देण्याचा प्रयत्न करत आहेत.

यानंतर राजस ज्ञानाचा क्रम येतो. राजस ज्ञानाला मायेद्वारे दाखवलं गेलेलं भ्रमित ज्ञान किंवा विज्ञान म्हटलं जाऊ शकतं. श्रीकृष्णांच्या शब्दांत- राजस ज्ञान ते आहे, ज्याद्वारे मनुष्य 'मी'च्या भावनेने युक्त होऊन या जगाकडे पाहतो आणि त्याची सर्व कामं करतो. तो अष्टमायेतच गुरफटलेला असतो. मी, माझं, मला, तू, तुझं, तुला, तो आणि त्याचं... अशा अष्ट भावनांनी माया बनते. त्याच्या दृष्टीने त्याचं स्वतःचं आणि इतर सर्वांचं वेगवेगळं अस्तित्व असतं आणि तो त्या अस्तित्वानुसार त्यांना ओळखतो. उदाहरणार्थ, मी मोहन आहे, तो सोहन आहे, हा वृक्ष आहे, तो पक्षी आहे, हे घर आहे इत्यादी. माया त्याला जे आणि जसं दाखवते तसं तो पाहतो.

राजस ज्ञानाने युक्त मनुष्य आपल्या वैयक्तिक लाभासाठी कर्म करतो, विज्ञान आणि कला शिकतो, इतरांशी स्पर्धा करतो. त्याने भक्ती जरी केली तरी ती 'मी' विशेष-वेगळा आणि 'ईश्वर' वेगळा या भावनेने करतो. अशा प्रकारे मनुष्याला जोपर्यंत सात्त्विक ज्ञान प्राप्त होत नाही, तोपर्यंत तिथे राजस ज्ञानाचंच राज्य सुरू असतं.

अध्याय १८ : २०-२२

तामस ज्ञान हीन दर्जाचं ज्ञान किंवा पूर्ण अज्ञान आहे असं म्हटलं तरी वावगं ठरणार नाही. असं अज्ञान जे ज्ञानात बदलण्याची शक्यता खूपच कमी असते. कारण तिथे 'मी'च्या भावनेशी असणारी आसक्ती पराकोटीला गेलेली असते. असे लोक केवळ स्वतःसाठी जगतात आणि मी, मी करतच मरण पावतात. तामस ज्ञान (चुकीच्या माहितीचं ज्ञान) मनुष्याला कट्टर आणि जिद्दी बनवतं. आम्ही जसा विचार करतो, आम्ही जे जाणतो, तेच बरोबर आहे, इतर सर्व चूक आहे, असं त्यांना वाटतं. त्यामुळे नवीन काहीही ऐकण्याची किंवा बदलण्याचीही त्यांची इच्छा नसते.

श्रीकृष्ण तामस ज्ञानाला 'युक्तिविरहित, तात्त्विकदृष्ट्या अर्थरहित आणि तुच्छ' संबोधतात. तामस ज्ञान मनुष्यात चुकीच्या धारणा, रूढिवाद, धर्मांधता भरतं. यांच्या बोलण्यात काहीही तारतम्य नसतं. असेच लोक धर्म आणि जात यांच्या नावाखाली द्वेष पसरवतात, हिंसा करतात, लोकांना जिवे मारतात. ते आपल्याच घमेंडीत, अज्ञानरूपी अंधारात अशा प्रकारे कैद झालेले असतात, जिथे ज्ञानाचा एक किरणदेखील पोहोचू शकत नाही.

श्रीकृष्णाने अर्जुनाला गीता ऐकवली, तेव्हा अर्जुनाबरोबरच संजय आणि धृतराष्ट्रदेखील त्या गीता ज्ञानाचे साक्षी बनले. त्यावेळी संजय सात्त्विक ज्ञानाने युक्त होते. त्यामुळे त्यांनी स्वानुभवावर राहून आनंद आणि प्रशंसायुक्त भाव मनात बाळगून गीता ऐकली.

अर्जुन राजसी ज्ञानाने युक्त होता. त्यामुळे तो स्वतः वेगळा आहे आणि कौरव वेगळे आहेत असं समजत होता. परंतु त्याच्यात किमान ज्ञान प्राप्त करण्याची शक्यता तरी होती. कारण त्याच्यात भक्ती आणि श्रद्धादेखील होती. तो काही नवीन ग्रहण करण्यासाठी तयार होता.

तामस ज्ञान असणारे धृतराष्ट्र मात्र 'मी', 'माझी मुलं', 'माझं साम्राज्य'... यांतच आसक्त असल्याने गीतेचा एक अंशदेखील त्यांच्या अंतःकरणात पोहोचू शकला नाही. त्यामुळे ते त्या अज्ञानातून बाहेरही पडू शकले नाही.

२३-२५

श्लोक अनुवाद : तसंच हे अर्जुना! जे कर्म शास्त्रविधीनुसार केलेलं आणि कर्तेपणाचा अभिमान नसलेलं तसंच फळाची अपेक्षा न ठेवणाऱ्या पुरुषाद्वारे राग-द्वेष न बाळगता केलं गेलेलं असतं- त्याला सात्त्विक कर्म म्हटलं जातं।।२३।।

परंतु जे कर्म अतिशय परिश्रमयुक्त असतं, तसंच भोगांची इच्छा असणाऱ्या पुरुषाद्वारे किंवा अहंकारयुक्त पुरुषाद्वारे केलं जातं, ते कर्म राजस म्हटलं गेलं आहे।।२४।।

तसंच- जे कर्म परिणाम, हानी, हिंसा आणि सामर्थ्य यांचा विचार न करता केवळ अज्ञानवश सुरू केलं जातं, ते कर्म तामस म्हटलं जातं।।२५।।

गीतार्थ : ज्ञानानंतर श्रीकृष्ण अर्जुनाला कर्माचे प्रकार सांगत आहेत. ज्ञानाप्रमाणेच कर्माचेदेखील तीन प्रकार आहेत- सात्त्विक कर्म, राजस कर्म आणि तामस कर्म.

कर्मयोगाची समज अंगीकारून जे कर्म केलं जातं, ते सात्त्विक कर्म होय. श्रीकृष्णांच्या सांगण्यानुसार, जे कर्म करण्यायोग्य असेल आणि शास्त्रविधीनुसार केलं असेल... कर्तेपणाचा अभिमान न बाळगता केलेलं असेल... ज्याच्या फळात कोणत्याही प्रकारची आसक्ती नसेल... जे करताना मनात कोणाबद्दलही राग, द्वेष, ईर्षा नसेल... जे पूर्ण शुभ भावनेने केलेलं असेल... ज्याने कोणालाही हानी पोहोचत नसेल, उलट सर्वांचं कल्याणच होत असेल... तर ते कर्म सात्त्विक म्हटलं जातं.

सात्त्विक कर्मामागे कर्त्याला ही समज असते, की हे कर्तव्यकर्म माझं आहे आणि ते मी ईश्वराची भक्ती करतोय असं समजून मला करायचं आहे.

'गीतेत सांगितलंय- कर्मच पूजा आहे, यासाठी आपण केवळ आपलं कर्म करत राहायला हवं, पूजापाठ करू नये...' हे वाक्य आपण बऱ्याच लोकांच्या मुखातून ऐकलं असेल. परंतु ते कसं कर्म करत आहेत, कोणत्या समजेसह करत आहेत, हे जाणणं आवश्यक आहे. ते जर अनासक्त होऊन

अकर्ताभावाने कर्म करत असतील, तर निश्चितच ते सात्त्विक आहे आणि ईश्वराच्या भक्तीसारखंच आहे. अन्यथा ते बंधन निर्माण करणारं राजस कर्म आहे, भक्ती अथवा पूजा नाही. सात्त्विक कर्म मनुष्याला तणावरहित, दडपणविरहित ठेवतं. मग कर्माचा परिणाम काहीही असो, मनुष्य प्रत्येक परिस्थितीत आनंदी आणि उत्साही राहतो.

पुढे राजस कर्मावर प्रकाश टाकत श्रीकृष्ण सांगतात- ''जे कर्म आसक्तीत गुरफटून खूप कष्टपूर्वक केलं जातं, जे करताना कर्त्यामध्ये 'मी केलं याचा अहंकार (कर्ताभाव)' प्रबळ असतो, जे फळाची कामना बाळगून केलं जातं, जे करण्यामागे वैयक्तिक स्वार्थ आणि कामना असतात, ते कर्म राजस म्हटलं गेलं आहे.''

मात्र असं राजस कर्म मनुष्याला मुक्त करत नाही. उलट कर्मबंधनात जखडतं. हे करताना मनुष्य तणावग्रस्त असतो, त्याच्यावर एक प्रकारचं दडपण असतं. त्याला सतत परिणामाची चिंता असते. मनाप्रमाणे परिणाम प्राप्त झाला, की त्याचा अहंकार वाढतो आणि त्याच्यात नवीन कामना जागृत होतात. असं झालं नाही तर तो दुःख, चिंता, क्रोध, निराशा यांनी घेरला जातो. त्यामुळे राजस कर्म करणारा मनुष्य कधीही मुक्त आणि आनंदी राहू शकत नाही, नेहमी एखाद्या ओझ्याखाली दबलेला असतो.

कर्माची निम्न श्रेणी आहे, तामस कर्म. याविषयी श्रीकृष्ण सांगतात- ''अशा कर्माचा आरंभ केल्याने पूर्वकर्माचे परिणाम, हानी, हिंसा आणि आपलं सामर्थ्य यांचा विचार न करता, केवळ अज्ञानपूर्वक क्षणिक भावनिक आवेशात केलं जातं. ज्याचा परिणाम दुःख आणि अज्ञानच वाढवतं, अशा कर्माला तामस कर्म म्हटलं जातं.''

अशा कर्मांमागे मोह, ईर्षा, तिरस्कार, प्रतिशोध, दुराग्रह, मूर्खपणा, अज्ञान, विकार इत्यादी गोष्टी असतात. अशा कर्मांचा परिणामदेखील अतिशय दुःखद असतो.

आपलं कर्तव्य योग्य प्रकारे पार न पाडणं, एखाद्याला जाणून-बुजून

त्रास देणं, दुःख देणं, टोमणे मारणं, शाप देणं, निंदा करणं, हिंसा करणं, भ्रष्टाचार, चोरी, एखाद्याचा हक्क हिरावून घेणं... ही सर्व तामस कर्मं आहेत.

२६-२८

श्लोक अनुवाद : तसंच हे अर्जुना! जो कर्ता संगरहित, अहंकारी वक्तव्य न करणारा, धैर्य आणि उत्साह यांनी युक्त तसंच कार्य सिद्ध झाल्यानंतरही आणि सिद्ध झालं नाही तरी हर्ष अथवा शोक इत्यादी विकारांपासून मुक्त असतो– त्याला सात्त्विक म्हटलं जातं।।२६।।

आणि जो कर्ता आसक्तीने युक्त, कर्मांच्या फळाची अपेक्षा असलेला आणि लोभी असतो, तसंच इतरांना कष्ट देणारा, अशुद्ध आचरण असलेला आणि हर्ष–शोक यांनी लिप्त असतो– त्याला राजस म्हटलं जातं।।२७।।

तसंच जो कर्ता अयोग्य, अशिक्षित, घमेंडी, धूर्त आणि इतरांच्या उपजीविकेचा नाश करणारा तसंच शोक करणारा, आळशी आणि दीर्घसूत्री* असतो– त्याला तामस म्हटलं जातं।।२८।।

गीतार्थ : ज्ञान आणि कर्म यांच्यानंतर आता कर्त्याचे प्रकार जाणून घेऊ या. कर्त्याचेदेखील तीन प्रकार आहेत– सात्त्विक कर्ता, राजस कर्ता आणि तामस कर्ता.

सात्त्विक ज्ञानाद्वारे सात्त्विक कर्म करणाराला, सात्त्विक कर्ता म्हटलं जातं. असा कर्ता अकर्ताभावनेने कर्म करतो. श्रीकृष्ण त्याला 'संगरहित'देखील म्हणत आहेत. संगरहित असण्याचा अर्थ आहे, तो मनाने कोणाशीही बांधला गेलेला नाही. त्याला कोणाविषयीही ना मोह असतो, ना द्वेष. तो अशा बंधनांतून सर्वथा मुक्त असतो.

श्रीकृष्ण सांगतात– ''सात्त्विक कर्ता कधीही अहंकारी वक्तव्य करत

*****'*दीर्घसूत्री' म्हणजे जो अत्यल्प काळात होणारी सामान्य कामंदेखील 'पुन्हा करू या', असं म्हणत बराच काळ पूर्ण करत नाही.*

नाही. कारण तो कर्ता नसून परमेश्वराचा अंश आहे, हे त्याला माहीत असतं. त्यामुळे तो अहंकारशून्य असतो. तो कर्म आणि फळ यांविषयी अनासक्त असतो. त्यामुळे तो कार्य सिद्ध झालं तरीही आणि नाही झालं तरीदेखील हर्ष-शोक इत्यादी विकारांपासून मुक्त असतो. यासोबतच त्याच्यात कर्म करण्याविषयी सतत धैर्य आणि उत्साह सळसळत असतो. श्रीकृष्ण, विदुर आणि संजय ही गीतेत सात्त्विक कर्त्याची उदाहरणं आहेत.''

यानंतरचा क्रम येतो तो राजस कर्त्याचा. राजस ज्ञानाद्वारे राजस कर्म करणाऱ्याला, राजस कर्ता म्हटलं जातं. अशा कर्त्याविषयी श्रीकृष्ण सांगतात- ''असा कर्ता आसक्तीने युक्त असतो. म्हणजेच त्याच्या कर्मात कोणत्या ना कोणत्या प्रकारचा वैयक्तिक स्वार्थ दडलेला असतो. त्यामुळेच त्याला 'मला याचा असाच परिणाम लाभावा...' अशी त्याची इच्छा असते.''

राजस कर्ता लोभी प्रवृत्तीचा असतो. एकदा त्याला मनाप्रमाणे फळ मिळालं, की त्याचा लोभ वाढत जातो. मग तो वारंवार तशाच फळांच्या इच्छेने कर्म करत राहतो. जसं, व्यापारात लोक उलाढालीचं एक लक्ष्य ठरवतात. ती लक्ष्यपूर्ती साधली, की लगेच त्यांची भूक आणखी वाढते. मग ते आधीपेक्षाही मोठं उद्दिष्ट गाठण्याचा संकल्प सोडतात आणि ते साध्य करण्यासाठी तहान-भूक-झोप या गोष्टी पणाला लावतात. मग जोपर्यंत हे लक्ष्य साध्य होत नाही, तोपर्यंत ते स्वतःही आरामदायी जीवन जगत नाहीत आणि त्यांच्या कर्मचाऱ्यांनाही आराम मिळू देत नाहीत. आजकाल अशा राजस कर्त्यांमुळेच लोकांमध्ये तणाव, डिप्रेशन, अनिद्रा या समस्या निर्माण झाल्या आहेत. राजस कर्ता स्वतःही कधी आरामदायी जीवन जगत नाही आणि इतरांनाही जगू देत नाही. यासाठीच श्रीकृष्ण त्यांना 'स्वतःला आणि इतरांना कष्ट देणाऱ्या स्वभावाचा' म्हणत आहेत.

राजस कर्ता मनोवांछित कर्मफळ प्राप्त करण्यासाठी इतका अधीर असतो, की तो त्यासाठी काही अयोग्य पाऊल उचलायलादेखील मागे पुढे पाहत नाही. जसं- लाच घेणं, कर्ज परत न करणं इत्यादी. त्यामुळे श्रीकृष्ण त्यांना 'अशुद्धाचारी'देखील संबोधतात. फळानुसार ते कधी खुश राहतात तर

कधी दुःखी. परिणामी यांपलीकडे असलेली आनंदी आणि मुक्त अवस्था त्यांना कधीही उपभोगता येत नाही.

तामस ज्ञान आणि तामस कर्म यांनी युक्त अशा तामस कर्त्याला श्रीकृष्ण 'अशिक्षित, घमेंडी, धूर्त, आळशी आणि दीर्घसूत्री' संबोधत आहेत. सात्त्विक ज्ञान तर सोडाच, पण तामस कर्त्याला व्यावहारिक आणि प्रापंचिक ज्ञानदेखील नसतं. त्यामुळे तो कोणत्याही प्रकारचं काम करत नाही. त्याचे विचार नेहमी चुकीच्या दिशेने सुरू असतात. काम टाळण्यासाठी तो बहाणे देत राहतो. इतरांकडून आपलं काम करवून घेण्यासाठी आणि काम न करताच उपजीविका चालवण्यासाठी तो धूर्तपणा करतो. तो आळशी आणि घमेंडी असतो. छोट्या-छोट्या गोष्टींसाठी तो दुःखी होतो, बडबड करत राहतो आणि त्याच्या अपयशाचं खापर इतरांच्या डोक्यावर फोडतो. त्याची लहानसहान कामं आणि बहाणेदेखील दीर्घ काळ चालू असतात. त्याची बरीचशी कामं पूर्ण होत नाहीत. त्यामुळे श्रीकृष्ण त्याला 'दीर्घसूत्री' म्हणतात.

मग जे लोक आपली कामं करू शकत नाहीत, ते इतरांच्या कामात व्यत्यय आणतात. हे आपण पाहिलंच असेल. माझं काम होत नसेल तर इतरांचंही व्हायला नको, अशी त्यांची विचारधारणा असते. त्यामुळे ते इतरांच्या उपजीविकेत बाधा निर्माण करतात आणि त्यातच सुख मानतात. तामसिक कर्त्यांचं सुखदेखील तामसिकच असतं.

● मनन प्रश्न :

१. या भागात दिलेल्या ज्ञानयुक्त समजेवर मनन करून यांतील कोणत्या प्रकारच्या ज्ञानाने तुम्ही जग पाहत आहात?

२. स्वतःच्या सद्यःस्थितीवर मनन करून यातील कोणत्या श्रेणीत तुम्ही मोडता? काम करताना प्रत्येक परिस्थितीत तुम्ही आनंदी राहता, की तुम्हाला लगेच कामाचा तणाव आणि दडपण येतं

भाग ७
बुद्धी आणि धृती यांचे प्रकार
।। २९-३२ ।।

अध्याय १८

बुद्धेर्भेदं धृतेश्चैव गुणतस्त्रिविधं श्रृणु । प्रोच्यमानमशेषेण पृथक्त्वेन धनंजय ।।२९ ।।

प्रवृत्तिं च निवृत्तिं च कार्याकार्ये भयाभये। बन्धं मोक्षं च या वेति बुद्धिः सा पार्थ सात्त्विकी ।।३० ।।

यया धर्ममधर्मं च कार्यं चाकार्यमेव च। अयथावत्प्रजानाति बुद्धिः सा पार्थ राजसी ।।३१।।

अधर्मं धर्ममिति या मन्यते तमसावृता। सर्वार्थान्विपरीतांश्च बुद्धिः सा पार्थ तामसी ।।३२।।

२९

श्लोक अनुवाद : तसंच– हे धनंजय! आता तू बुद्धी आणि धृती यांच्या गुणांनुसार तीन प्रकारचे भेद माझ्याद्वारे संपूर्णतः, विभागपूर्वक सांगितले जाणारे हे तीन प्रकार ऐक।।२९।।

गीतार्थ : प्रस्तुत श्लोकात श्रीकृष्ण मनुष्याच्या अशा दोन गुणांच्या प्रकारांविषयी सांगत आहेत, ज्यांच्यामुळे तो अन्य जीव-जातींपेक्षा श्रेष्ठ ठरतो. ते गुण आहेत 'बुद्धी' आणि 'धृती' म्हणजेच कोणताही अनुभव ग्रहण करण्याची आणि तो आपल्यात जतन करून ठेवण्याची क्षमता. यांचे प्रकार जाणण्यापूर्वी आपण हे गुण समजून घेऊ या.

बुद्धी : बुद्धी ही मनुष्याची अशी मानसिक शक्ती आहे, जिच्याद्वारे तो वस्तू आणि तथ्य जाणतो, समजून घेतो. यासोबतच तो त्यांच्यातील परस्परसंबंध आणि फरकदेखील समजतो. निर्णय घेणं, तर्क लढवणं, चिंतन-मनन करून योग्य-अयोग्य यांमधील फरक जाणल्याने विवेक जागृत होतो. बुद्धी मनुष्याला वर्तमानात घडणारी स्थिती समजण्याची, तिच्याशी सामंजस्य निर्माण करण्याची आणि त्यात उचित प्रतिसाद देण्याची (प्रतिक्रिया देण्याची) क्षमता निर्माण करते. त्यामुळे मनुष्य किती बुद्धिमान आहे, हे याच आधारावर ठरतं.

बहुसंख्य लोक अधिकाधिक माहिती (इन्फॉर्मेशन) असण्याला बुद्धिमत्ता समजतात. जसं, एखादा विद्यार्थी आपल्या सर्व विषयांचा अभ्यास व्यवस्थित करतो, स्मरणात ठेवतो, त्यामुळे तो परीक्षेत नेहमी प्रथम क्रमांकाने उत्तीर्ण होतो. त्याच्या घरातील लोक आणि त्याच्याबरोबर शिकणारे विद्यार्थी त्याला अतिशय बुद्धिमान समजतात, परंतु तो बुद्धिमान असतोच असं नाही... यातून हेच सिद्ध होतं, की केवळ त्याची स्मरणशक्ती जर चांगली असली तरी तो बुद्धिमान आहे की नाही, हे विविध परिस्थितीत तो विचार कसा करतो, कसा निर्णय घेतो आणि कसा प्रतिसाद देतो, यांवर अवलंबून असतं.

बहुसंख्य गुणवंत विद्यार्थीदेखील शाळा-कॉलेजमधून बाहेर पडल्यानंतर जीवनात यशस्वी होऊ शकत नाहीत, परंतु सर्वसाधारण विद्यार्थी मात्र जीवनात अलौकिक यश प्राप्त करतात.

तुम्हाला पंचतंत्रातील ज्ञानी पंडित मित्रांची प्रसिद्ध गोष्ट नक्कीच माहीत असेल. चार पंडित मित्रांपैकी तीन मित्र वाघाच्या हाडाचा सांगाडा पाहून त्याला आपल्या शक्तीने जिवंत करायचं ठरवतात. परंतु चौथा मित्र त्यांना हे करण्यापासून रोखतो. पण ते तिघे काही केल्या ऐकत नाहीत आणि वाघाला जिवंत करतात. मग तो वाघ जिवंत झाल्यानंतर त्या तिघांना खाऊन टाकतो. चौथा मित्र झाडावर चढून स्वतःचा जीव वाचवतो. या गोष्टीत चारही मित्रांमध्ये समान ज्ञान आणि शक्ती होती. परंतु बुद्धिमत्ता केवळ चौथ्या मित्रातच होती. त्याने योग्य वेळी, योग्य निर्णय घेऊन स्वतःचे प्राण वाचवले. केवळ शाळा-कॉलेजमध्ये शिक्षण घेऊन कोणी बुद्धिमान बनत नाही, हेच आपल्याला या गोष्टीतून समजून येतं. तुमचे योग्य वेळी केलेले योग्य विचार, अचूक निर्णय आणि उचित प्रतिसाद यांवरूनच तुम्ही किती बुद्धिमान आहात, हे समजतं.

धृती : धृती या शब्दाचा शाब्दिक अर्थ आहे, धारणशक्ती. म्हणजेच कोणतीही बाब, अनुभव जतन करण्याची शक्ती. लोक सत्संगात, प्रवचनात किंवा शाळेत जातात. तेव्हा काही लोक ऐकलेलं वा वाचलेलं वर्षानुवर्षं आठवणीत ठेवू शकतात. पण काही लोक वर्गातून बाहेर पडताच ऐकलेलं सर्व विसरून जातात. 'धृती' म्हणजे अशी शक्ती आहे जी वस्तू आणि अनुभव दीर्घ काळपर्यंत धारण करण्याची क्षमता निर्माण करते.

इथे 'धृती' आणि 'स्मृती (स्मरणशक्ती) या दोन वेगवेगळ्या मानसिक शक्ती आहेत, हे समजणं आवश्यक आहे. आपल्या पूर्वजांनी, ऋषींनी बुद्धीद्वारे तीन वेगवेगळ्या मानसिक शक्तींविषयी सांगितलं. त्या ऐकताना जरी एकसारख्या वाटल्या तरी वेगळ्या आहेत- 'धी', 'धृती' आणि 'स्मृती'. 'धी' नवीन गोष्टी शिकण्याची शक्ती आहे.

'धृती' कोणताही अनुभव ग्रहण करून मेंदूत जतन करण्याची शक्ती आहे, तर 'स्मृती' धृतीद्वारे जमा केलेल्या गोष्टी आठवून पुन्हा त्यातून मुक्त होण्याची शक्ती आहे.

जसं, एक विद्यार्थी वर्गात त्याचे शिक्षक जे शिकवतात, ते ऐकत असतो. शिक्षक बऱ्याच गोष्टी सांगत असतात. त्या सर्व गोष्टी ऐकताना 'धी' शक्तीचा प्रयोग होतो. काही गोष्टींचं त्याला आकलन होतं, तर काही गोष्टी त्याच्या डोक्यावरून जातात. म्हणजेच एका कानाने ऐकल्या आणि दुसऱ्या कानाने सोडून दिल्या. कारण अधिक लक्षपूर्वक ऐकलेल्या गोष्टीच त्याच्या दीर्घकाळ स्मरणात राहणार आहेत. त्या गोष्टी धारण करण्याची किंवा साठवून ठेवण्याची शक्ती म्हणजेच 'धृती' होय. आता ज्या शक्तीद्वारे तो ते संचित केलेलं ज्ञान उचित प्रसंगी आठवेल, त्याचा उपयोग करेल, ती 'स्मृती' होय.

पुढील काही श्लोकांमध्ये श्रीकृष्ण बुद्धी आणि धृती यांविषयी वेगवेगळ्या प्रकारांचं वर्णन करत आहेत.

३०

श्लोक अनुवाद : हे पार्थ! जी बुद्धी प्रवृत्ती मार्ग आणि निवृत्ती मार्ग यांना, कर्तव्य आणि अकर्तव्य यांना, भय आणि अभय यांना तसंच बंधन आणि मोक्ष यांना यथार्थ जाणते ती बुद्धी सात्त्विक आहे।।३०।।

गीतार्थ : मागील श्लोकात तुम्ही बुद्धीविषयी जाणलं. बुद्धीदेखील तीन प्रकारची असते- सात्त्विक, राजसी आणि तामसी. सात्त्विक बुद्धीविषयी श्रीकृष्ण सांगत आहेत- ''जी बुद्धी प्रवृत्ती मार्ग आणि निवृत्ती मार्ग, कर्तव्य आणि अकर्तव्य, भय आणि अभय तसंच बंधन आणि मोक्ष यांना योग्य रीतीने जाणते आणि त्या आधाराने योग्य निर्णय घेते, ती सात्त्विक बुद्धी होय.''

सत्यप्राप्तीसाठी मनुष्यासमोर दोन प्रकारचे मार्ग उपलब्ध असतात. पहिला, प्रवृत्ती मार्ग. सरळ शब्दांत सांगायचं झालं तर कर्मयोगच प्रवृत्ती मार्ग आहे. प्रपंचात राहून आपण प्रापंचिक जबाबदाऱ्या पार पाडत, सत्याच्या मार्गावर वाटचाल करत, फळाच्या आसक्तीचा त्याग करून

निष्काम भावनेने आपली कर्मं करत राहणं, म्हणजेच प्रवृत्ती मार्ग. सात्त्विक बुद्धीचा मनुष्यच असं उच्च जीवन जगू शकतो. राजा जनक हे प्रवृत्ती मार्गाचं सर्वोत्कृष्ट उदाहरण मानलं जातं. ते 'स्व'वर स्थापित होऊन निष्काम भावनेने आपल्या सर्व प्रापंचिक जबाबदाऱ्या पूर्ण करत सर्वोच्च जीवन जगले. संत कबीरदेखील प्रवृत्ती मार्गाचं श्रेष्ठ उदाहरण आहे.

निवृत्ती मार्ग संन्यास मार्ग आहे, जिथे सत्यसाधक प्रपंच सोडून सत्यप्राप्तीचा प्रयत्न करतो. गौतम बुद्ध, भगवान महावीर, स्वामी विवेकानंद ही निवृत्ती मार्गाची उदाहरणं आहेत. परमसत्याची (आपल्या वास्तविक स्वरूपाची) प्राप्ती तर दोन्ही मार्गावर वाटचाल करून होऊ शकते. परंतु कोणत्याही मनुष्याला यांपैकी एकच मार्ग उचित ठरतो. तुमच्यासाठी कोणता मार्ग योग्य आणि कोणता अयोग्य, याचा उचित निर्णय सात्त्विक बुद्धीच घेऊ शकते. योग्य मार्गाची निवड केली नाही तर साधकाची अवस्था अतिशय बिकट होऊ शकते. अशी स्थिती दर्शवण्यासाठी संत ज्ञानेश्वरांच्या वडिलांचं उदाहरण समर्पक ठरेल. त्यांनी प्रापंचिक जबाबदाऱ्या अर्धवट सोडून संन्यास घेतला. मात्र गुरूंच्या आज्ञेनुसार पुन्हा गृहस्थाश्रमात प्रवेश केला. त्यानंतर त्यांना समाजात अनेक कठीण प्रसंगांना सामोरं जावं लागलं. अंततः त्यांना देहान्त प्रायश्चित्त घ्यावं लागलं.

पुढे श्रीकृष्ण सांगतात, ''सात्त्विक बुद्धी मनुष्याकडून करण्यायोग्य कर्तव्य कर्म करवून घेते आणि न करण्यायोग्य कर्मापासून (अकर्तव्यापासून) त्याला दूर ठेवते. अहंकारामुळेच सर्व प्रकारचं भय आणि बंधन निर्माण होतं, याचा बोध त्याला सात्त्विक बुद्धीच देते. हा अहंकार ईश्वराला समर्पित केल्यानंतर सर्व प्रकारचं भय, असुरक्षितता, बंधन या गोष्टी आपोआपच विलीन होतात. मनुष्य सर्व बंधनांतून आणि भयांतून मुक्त होऊन मोक्षावस्था प्राप्त करतो. सात्त्विक बुद्धी मनुष्याकडून योग्य वेळी अचूक निर्णय करवून घेते आणि त्याला सदैव सत्याच्या मार्गावर पुढे नेते.''

३१

श्लोक अनुवाद : आणि– हे पार्थ! मनुष्य ज्या बुद्धीद्वारे धर्म आणि अधर्म तसंच कर्तव्य आणि अकर्तव्य योग्य प्रकारे जाणत नाही, ती बुद्धी राजसी होय।।३१।।

गीतार्थ : श्रीकृष्णांच्या सांगण्यानुसार राजसी बुद्धी ती आहे, जी कर्तव्य आणि अकर्तव्य, धर्म आणि अधर्म, कर्म आणि संन्यास यांचा योग्य अर्थ जाणत नाही. राजस लोकांची बुद्धी राजसी असते. उदाहरणार्थ, एक मनुष्य म्हणतो, ''माझ्याकडे सत्संग, सत्य शिबिर करण्यासाठी वेळ नाही, हे तर रिकामटेकड्या लोकांचं काम आहे. तसंही गीतेत सांगितलं आहे, 'कर्मच पूजा आहे आणि मी तर दिवसरात्र कर्म करतोय.' त्याच्या अशा बोलण्याचा काय अर्थ निघू शकेल बरं? त्याच्या बुद्धीला कर्म करण्याची योग्य पद्धत माहीत नाही, तो कर्मयोग जाणत नाही, असाच त्याचा अर्थ होतो. सकाम कर्म पूजा होऊ शकत नाही, केवळ निष्काम कर्मच भक्ती आहे, सेवा आहे. याचा अर्थ, त्याची बुद्धी राजसी आहे.

अशाच प्रकारे संन्यास घेणाऱ्या बहुसंख्य लोकांना संन्यासाचा योग्य अर्थ ठाऊक नसतो. ते केवळ जबाबदारीपासून पलायन करण्यासाठी संन्यास घेतात किंवा स्वतःला पूजा-पाठांमध्ये गुंतवून घेतात. स्वतःला संन्यासी म्हणवणारे लोकदेखील मठ-मंदिरात पद-प्रतिष्ठेपायी भांडण करतात. स्वतःच्या नावापुढे कितीतरी पदव्या आणि उपाध्या जोडतात. मठाचा प्रमुख बनण्यासाठी, कुंभ मेळ्यात प्रथम कोण स्नान करणार अशा लहान-सहान कारणांसाठी तथाकथित संन्याशांमध्ये हिंसक भांडणं होतात. मनुष्याकडून धर्माच्या नावावर असं पाखंड करवणारी, अहंकाराची सेवा करवणारी बुद्धी सात्त्विक असू शकत नाही. अशी बुद्धी राजसी असते, जी सत्याची निवड करण्याऐवजी अहंकार कुरवाळत बसते.

अध्याय १८ : ३२

राजसी बुद्धी असणारा मनुष्य पूजा-पाठ, सेवा यांसारख्या गोष्टी मान-प्रतिष्ठा, वैयक्तिक लाभ यांसाठी करतो. कारण त्याला कर्मयोग आणि आत्मयोग यांच्याविषयी योग्य समज नसते.

गीतेचं ज्ञान ऐकण्यापूर्वी अर्जुनाची बुद्धीदेखील राजसी होती. त्यामुळेच तो कर्तव्य-अकर्तव्य यांमध्ये फरक करू शकत नव्हता. तो मोहाला बळी पडून युद्धापासून पलायन करू इच्छित होता आणि त्याच पलायनाला संन्यास आणि त्याग असं नाव देत होता. आपला स्वभाव लक्षात घेऊन अर्जुनाला योग्य कर्माची निवड करता यावी, म्हणून श्रीकृष्ण त्याला गीता ऐकवून त्याची बुद्धी सात्त्विक बनवत होते.

३२

श्लोक अनुवाद : आणि– हे अर्जुना! तमोगुणाने घेरलेली बुद्धी अधर्मालादेखील 'हा धर्म आहे' असं मानते. तसंच अन्य सर्व पदार्थांनादेखील विपरीत मानते, ती बुद्धी तामसी होय॥३२॥

गीतार्थ : तामसी बुद्धी हा बुद्धीचा तिसरा आणि सर्वांत कनिष्ठ प्रकार होय. वास्तविक तामसी बुद्धीला बुद्धी म्हणता येणारच नाही. या बुद्धीला कुबुद्धी, दुर्बुद्धी, मूढबुद्धी असंच निश्चितपणे म्हणता येईल. कारण जी निवड केल्याने मनुष्य पतनाकडे जातो अशी निवड ही बुद्धी त्याच्याकडून करवून घेते. तामसी बुद्धी तमोगुणाने घेरलेली असते, ती अधर्मालाच धर्म समजते आणि करू नयेत अशी कामं करते. हिंसा करणं, वाईट कर्म करणं, इतरांना त्रास देणं, इतरांचं वाईट चिंतणं, व्यभिचार करणं, अकर्मण्यता (सुस्त, कुचकामी), जबाबदारीपासून पलायन करणं, व्यसनाधीन होणं... ही सर्व तामसी बुद्धीची लक्षणं आहेत.

एकदा एक मनुष्य बाजारात जात होता, तेव्हा रस्त्यात त्याला तीन परिचित लोक भेटले. त्यांपैकी एक त्या मनुष्याला म्हणाला, 'मी सत्संगाला

अध्याय १८ : ३२

चाललोय. तिथे जीवन योग्य प्रकारे कसं जगावं, हे सांगितलं जातं. तेव्हा तुम्हीदेखील माझ्यासोबत चला...' दुसरा म्हणाला, 'हे सगळं सोडा हो! या गोष्टी म्हातारपणी शिका. मी आता अशा एका मीटिंगला चाललो आहे, जिथे व्यापार कसा वाढवायचा, या विषयावर चर्चा होणार आहे...' तिसरा म्हणाला, 'आयुष्यभर कामच करत राहशील का, कधी मौज मजाही करायला हवी, मी तर एका कॉकटेल पार्टीला जात आहे. तिथे नाच-गाणं, खाणं-पिणं यांचा मनमुराद आनंद मिळेल. माझ्यासोबत चला, आपण खूप मजा करू... वहिनींनी काही विचारलं तर कामासाठी जात आहे, असं खोटं सांगा.' आता तीन प्रस्तावांपैकी तो ज्याची निवड करेल, त्यावरून त्याची बुद्धी कशी आहे, हे समजून येईल. पहिल्या परिचिताचा प्रस्ताव मान्य केला तर त्याची बुद्धी सात्त्विक आहे. त्याचप्रमाणे दुसऱ्याचं ऐकलं तर राजसी आणि तिसऱ्याचं ऐकलं तर तामसी, असा याचा अर्थ होतो.

• मनन प्रश्न :

१. तुमची बुद्धी कोणत्या प्रकारची आहे? तुम्ही कोणत्या गोष्टीची निवड करता? 'वेळ नाही' ही सबब देऊन तुम्ही तुमची कर्तव्य कर्म टाळता का? यावर मनन करा.

२. राजसी आणि तामसी बुद्धी तुम्हाला कुठे घेऊन जाईल? यावर मनन करा.

भाग ८
सात्त्विक, राजसिक, तामसिक धारणशक्तींचे प्रकार
॥ ३३-३५ ॥

अध्याय १८

दधृत्या यया धारयते मनःप्राणेन्द्रियक्रियाः। योगेनाव्यभिचारिण्या धृतिः सा पार्थ सात्त्विकी ।।३३।।

यया तु धर्मकामार्थान्धत्या धारयतेऽर्जुन। प्रसङ्गेन फलाकाङ्क्षी धृतिः सा पार्थ राजसी ।।३४।।

यया स्वप्नं भयं शोकं विषादं मदमेव च। न विमुञ्चति दुर्मेधा धृतिः सा पार्थ तामसी।।३५।।

३३

श्लोक अनुवाद : आणि– हे पार्थ! ज्या अव्यभिचारिणी धारणशक्तीने मनुष्य ध्यानयोगाद्वारे मन, प्राण आणि इंद्रियं यांच्या क्रिया धारण करतो, ती धृती सात्त्विक आहे॥३३॥

गीतार्थ : बुद्धीविषयी सांगितल्यानंतर श्रीकृष्ण आता 'धृती' या मनुष्याच्या आणखी एका मानसिक शक्तीविषयी सांगत आहेत. 'धृती' किंवा 'धारणाशक्ती' म्हणजे काय, हे आपण मागील भागातच समजून घेतलं आहे. आपण जी माहिती पाहिली, ऐकली, वाचली, अनुभवली असेल त्यावरच अधिक लक्ष केंद्रित करतो. ती आपल्या मेंदूत साठवली जाते. या क्रियेलाच 'धारण करणं' असं म्हटलं जातं आणि हे काम 'धारणा शक्ती' म्हणजे 'धृती'द्वारे केलं जातं.

तुम्ही असे कितीतरी लोक पाहिले असतील, जे कित्येक वर्षांपूर्वी पाहिलेली- ऐकलेली गोष्ट कधी विसरत नाहीत. कित्येक वर्षांपूर्वी भेटलेला एखादा मनुष्य त्यांना आज दिसला तर ते त्याला तत्काळ ओळखतात. याचाच अर्थ, त्यांची धारणाशक्ती अत्यंत प्रबळ आहे. शेकडो वर्षांपूर्वी पुस्तक, पोथी अशी ज्ञानविषयक लिखित साधनं नव्हती. त्या काळी शिष्य गुरूंकडून श्रवणाच्या साहाय्याने ज्ञान ग्रहण करून ते आठवणीत ठेवत असत. पुढे तेच शिष्य गुरूंकडून ऐकलेलं ज्ञान आपल्या शिष्यांना जसंच्या तसं सांगत असत. पूर्वी अशा प्रकारे ज्ञान प्रदान करण्यात येत असे. त्या काळी प्रबळ धारणाशक्ती असणं विद्यार्थ्यांसाठी किती महत्त्वपूर्ण होतं हे आता तुमच्या लक्षात आलंच असेल. आजकाल आपल्याला लहानसहान कामांसाठीदेखील मोबाइलमध्ये रिमाइंडर सेट करावे लागतात. ज्यांच्याशी फोनवर आपण दिवसातून चार-पाच वेळा बोलतो, त्यांचे नंबरदेखील आपल्या लक्षात राहत नाहीत.

त्याशिवाय बुद्धी आमच्यासाठी जे आदर्श आणि लक्ष्य निश्चित करते, त्यावर टिकून राहण्याची शक्तीदेखील धारणाशक्तीच देते. उदाहरणार्थ, लोक आपलं वेळापत्रक बनवतात, स्वतः काही संकल्प सोडतात, 'आजपासून मी अमुक काम करेन किंवा हे काम अजिबात करणार नाही.' तुमची धारणाशक्ती

अध्याय १८ : ३३

प्रबळ असेल, तर तुम्ही बुद्धीद्वारे केलेल्या संकल्पावर टिकून राहू शकाल, तो विसरणार नाही.

श्रीकृष्णाने बुद्धीप्रमाणेच धारणाशक्तीचेदेखील सात्त्विक, राजसी आणि तामसी असे तीन प्रकार सांगितले आहेत. सात्त्विक धारणाशक्तीची व्याख्या करत ते सांगत आहेत- 'ज्या अव्यभिचारिणी धारणशक्तीने मनुष्य मन, प्राण आणि इंद्रियं यांच्या क्रिया धारण करतो, ती धृती सात्त्विक आहे.' इथे प्रथम आपण अव्यभिचारिणी धारणाशक्तीविषयी समजून घेऊ या. सरळ शब्दांमध्ये सांगायचं झालं तर सत्य धारण करणारी धारणाशक्ती अव्यभिचारिणी आहे. सत्याव्यतिरिक्त जे काही आहे, ते सर्व माया आहे. प्रापंचिक विषय- वासना, मोह, द्वेष, आसक्ती, महत्त्वाकांक्षा... या सर्व गोष्टी धारण करणारी धारणाशक्ती व्यभिचारिणी आहे.

ज्या शरीराद्वारे ईश्वराऐवजी अहंकार अभिव्यक्ती करतो, त्या शरीरात व्यभिचारिणी धारणाशक्ती असते. पृथ्वीवरील जीवनात आपलं शरीर-भाव, विचार, वाणी आणि इंद्रियांद्वारे अनेक क्रिया करतं. या क्रियांमुळेच आपलं बाह्य जगाशी माहिती आणि अनुभव यांचं आदान-प्रदान सुरू असतं. हे आदान-प्रदान 'सर्व क्रिया नैसर्गिक, स्वघटित, स्वचलित आहेत. त्या क्रियांचा कर्ता आणि भोक्ता ईश्वरच आहे, आपण नाही...' या समजेसह होत असेल, तर आपण प्रत्येक क्रियेसोबत सत्यच धारण करत आहोत, असा याचा अर्थ होतो.

काही दगडांमध्ये हिरे विखुरलेले असतील तर एखादा रत्नपारखी त्या दगडांमधील हिरे शोधून ते वेचून दगड तसेच ठेवेल. तसंच सात्त्विक धारणाशक्तीच्या मनुष्याला मायेत काहीही दिसलं वा त्याने काही ऐकलं तरीही तो त्याचं लक्ष सत्यावरच केंद्रित करतो आणि केवळ सत्यच धारण करतो.

अध्याय १८ : ३४

३४

श्लोक अनुवाद : परंतु हे पृथापुत्र अर्जुना! फळाची इच्छा करणारा मनुष्य ज्या धारणाशक्तीद्वारे अत्यंत आसक्तीने धर्म, अर्थ आणि काम धारण करतो, ती धारणाशक्ती राजसी आहे.।।३४।।

गीतार्थ : आता 'राजसी धारणाशक्ती'विषयी समजून घेऊ या. ज्याला सत्याचं ज्ञान नाही, तो मायेला भ्रम न समजता सत्य समजून त्यात आसक्त होतो. तो स्वतःला ईश्वरापासून वेगळा म्हणजेच व्यक्ती समजून वैयक्तिक जीवन जगतो. अर्थात आयुष्यभर प्राप्ती-अप्राप्ती, सुख-दुःख, महत्त्वाकांक्षा इत्यादींशी आसक्त होतो. 'आता मला हे करायचंय, ते करायचंय... मी अमुक केलं तर मला तमुक मिळेल... मी अमुक उद्दिष्ट गाठलं तर माझा पहिला नंबर येईल... मीदेखील काहीतरी आहे, हे जगाला दाखवून देईन...' अशी विचारधारणा असणाऱ्या मनुष्याची धृतीदेखील राजसी असते.

राजस मनुष्याने पूजा, ध्यान, सेवा, व्यापार, नोकरी असं कोणतंही कर्म केलं तरी त्यामागे त्याचं काही ना काही वैयक्तिक उद्दिष्ट असतंच. तो जर सत्संगात गेला तर त्याचं लक्ष गुरूंकडून सांगितल्या जाणाऱ्या सत्याच्या गोष्टींवर कमी आणि आजूबाजूच्या लोकांवरच जास्त असतं. उदाहरणार्थ, 'कोणते लोक आले आहेत, त्यांची ओळख करून घेतली तर पुढे कामाला येईल.' त्याने सेवा केली तरी सेवेतून मेवा मिळेल, फलप्राप्ती होईल या धारणेनेच तो सेवा करेल. राजसी लोकांना सत्याचा बोध देणारे गुरू नको असतात तर यशस्वी होण्यासाठी उपाय सांगणारे, प्रापंचिक लाभ व्हावा यासाठी मंत्र देणारे गुरू (शिक्षक) हवे असतात.

एके दिवशी वर्तमानपत्रात 'ध्यान' या विषयावर एक लेख आला. त्यात पहिला मुद्दा होता, 'ध्यानाद्वारे तुम्ही स्वतःला जाणू शकता, ईश्वराशी एकाकार होऊ शकता, मायेची रहस्यं जाणू शकता.' दुसरा मुद्दा होता, 'ध्यान

केल्याने एकाग्रता आणि ऊर्जा वाढते, त्यामुळे तुम्ही दिवसभर अतिशय चांगल्या प्रकारे काम करू शकता.' तिसरा मुद्दा होता, 'पंधरा मिनिटं ध्यान करणं, दोन तास झोप घेण्यासारखं आहे. त्यामुळे ध्यान केलं तर तुम्हाला जास्त काळ झोपण्याची आवश्यकता भासणार नाही, शिवाय कमी झोप होऊनही तुम्ही अधिक उत्साही राहाल.'

आता जर एखाद्या सात्त्विक धृती असलेल्या मनुष्याने संपूर्ण लेख वाचला तरीही त्याच्या मेंदूत, 'ध्यान केल्याने तो माया आणि ईश्वर यांचं रहस्य जाणू शकेल' हा पहिला मुद्दाच छापला जाईल. याच गोष्टीने प्रेरित होऊन तो ध्यानधारणा सुरू करेल.

हाच लेख जर राजसी धृती असलेल्या मनुष्याने वाचला तर तो लेखातील पहिल्या मुद्द्याकडे दुर्लक्ष करेल आणि त्याचं संपूर्ण लक्ष दुसऱ्या आणि तिसऱ्या मुद्द्यावर जाईल. तो विचार करेल, 'छान! ध्यानाचे तर खूपच लाभ आहेत. ध्यानातून मला जास्त शक्ती आणि ऊर्जा मिळेल. त्यामुळे मी जास्त काम करून माझा व्यवसाय वाढवू शकेन. असं जर असेल तर मी आजपासूनच ध्यान करायला सुरुवात करतो.'

लेख एकच होता, परंतु सात्त्विक धृती आणि राजसी धृती असलेल्या दोन्ही लोकांनी वेगवेगळ्या गोष्टी ग्रहण केल्या. अशाच प्रकारे या जगातदेखील सर्वकाही उपलब्ध आहे– मायेमध्ये सत्य आणि सत्यामध्ये माया. जो मनुष्य ज्या प्रकृतीचा असेल, तो त्याला अनुकूल असणाऱ्या गोष्टीच धारण करतो, ग्रहण करतो. गीतेचा प्रारंभ होण्यापूर्वी अर्जुनाची स्थिती कशी असेल, यावर थोडा विचार करा. त्या वेळी त्याची बुद्धी आणि धृती राजसीच होती, त्यामुळेच त्याला प्रियजनांविषयी आसक्ती होती. कारण तेव्हा त्याने गीता धारण केली नव्हती.

३५

श्लोक अनुवाद : तसंच हे पार्थ! दुष्ट बुद्धीचा मनुष्य ज्या धारणशक्तीद्वारे निद्रा, भय, चिंता आणि दुःख तसंच उन्मत्ततादेखील सोडत नाही, अर्थात याच गोष्टी धारण करत राहतो– ती धारणशक्ती तामसी आहे।।३५।।

गीतार्थ : मनुष्यावर ज्या गुणांचा प्रभाव पडतो, त्याच्यात तशीच धृती असते. म्हणजेच त्या गुणांशी संबंधित गोष्टीच जमा झालेल्या असतात. त्यामुळेच एक तमोगुणी मनुष्य तम धारण करून राहतो. अर्थात त्याच्यात तम म्हणजेच आळस, सुस्ती, कामचुकारपणा, खोटं बोलणं, बहाणे देणं, भय, असुरक्षितता, चिंता, दुःख, क्लेश, परनिंदा, नकारात्मक विचार इत्यादी गोष्टी जमा झालेल्या असतात. त्यामुळे त्याचं लक्ष अशा तामसिक गोष्टींवरच केंद्रित होतं. तमोगुणी मनुष्याला अशाच लोकांच्या संगतीत राहायला आवडतं, जिथे त्याला अशा गोष्टी ऐकायला मिळतात. म्हणून तो त्याच गोष्टी धारण करेल.

तमोगुणी मनुष्यासमोर जर एखादा ध्यानाविषयीचा लेख आला, तर असा मनुष्य तो लेख वाचेल का? कदापि वाचणार नाही. त्याची दृष्टी हिंसा, मनोरंजन, व्यसन इत्यादी विषयांच्या बातम्यांवरच जाईल आणि त्याच तो ग्रहण करेल.

अध्याय १८ : ३५

● मनन प्रश्न :

१. कर्मयोग व संन्यास या दोहोंपैकी सत्याचा कोणता मार्ग तुम्हाला उचित वाटतो आणि का? तुम्ही तुमच्या कर्तव्यांविषयी पूर्णपणे जागरूक असता, की मनात याविषयी काही शंका असतात? यावर मनन करा.

२. सत्याविषयी म्हणजेच ईश्वर, अंतिम सत्याचं ज्ञान यांविषयी तुमच्या मनात कोणत्या धारणा आहेत? तुम्ही जर सत्यश्रवण, पठण, जप, ध्यान इत्यादी गोष्टी करत असाल तर त्यामागे कोणता उद्देश आहे? या प्रश्नाचं जे उत्तर येईल त्याचं विश्लेषण करून तुमची बुद्धी आणि धृती कशा प्रकारची आहे, हे पाहा.

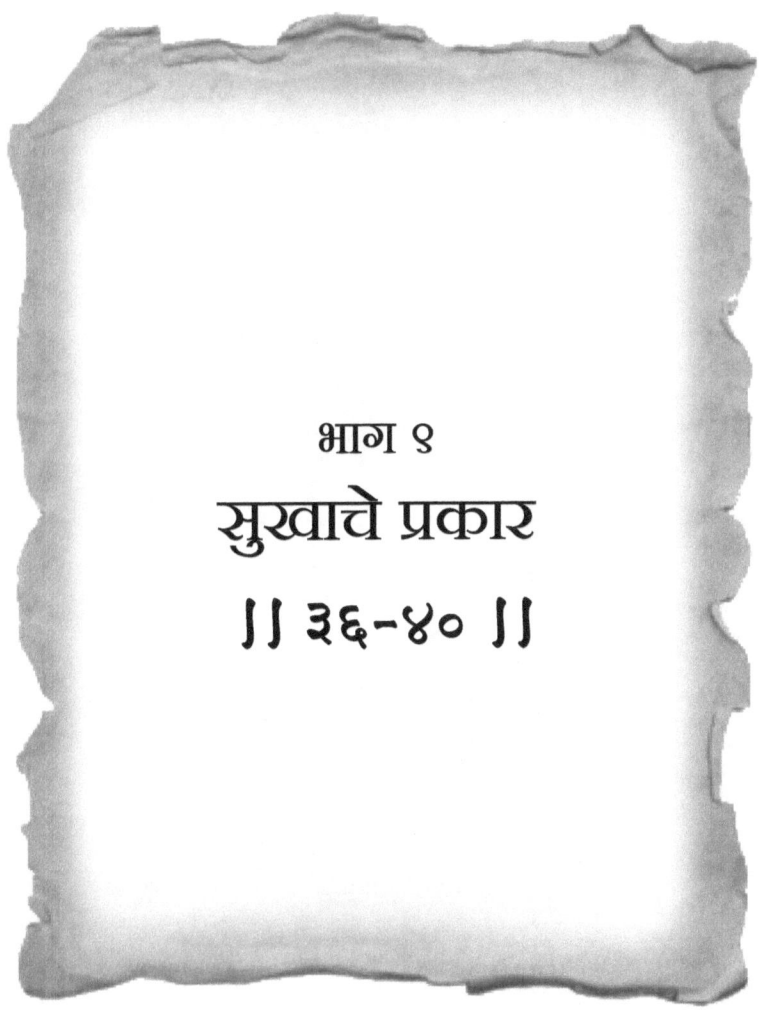

भाग ९
सुखाचे प्रकार
॥ ३६-४० ॥

अध्याय १८

सुखं त्विदानीं त्रिविधं श्रृणु मे भरतर्षभ। अभ्यासाद्रमते यत्र दुःखान्तं च निगच्छति ।।३६।।

यत्तदग्रे विषमिव परिणामेऽमृतोपमम्। तत्सुखं सात्त्विकं प्रोक्तमात्मबुद्धिप्रसादजम्।।३७।।

विषयेन्द्रियसंयोगाद्यत्तदग्रेऽमृतोपमम्। परिणामे विषमिव तत्सुखं राजसं स्मृतम् ।।३८।।

यदग्रे चानुबन्धे च सुखं मोहनमात्मनः। निद्रालस्यप्रमादोत्थं तत्तामसमुदाहृतम् ।।३९।।

न तदस्ति पृथिव्यां वा दिवि देवेषु वा पुनः। सत्त्वं प्रकृतिजैर्मुक्तं यदेभिः स्यात्त्रिभिर्गुणैः।।४०।।

३६-३७

श्लोक अनुवाद : हे भरतश्रेष्ठ! आता तीन प्रकारची सुखंदेखील तू माझ्याकडून ऐक. ज्या सुखात साधक भजन, ध्यान आणि सेवा इत्यादींचा अभ्यास करण्यात रममाण असतो, ज्याने त्याच्या दुःखांचा अंत होतो।।३६।।

असं सुख आहे, जे सुरुवातीला विषतुल्य वाटतं, परंतु परिणाम मात्र अमृततुल्य असतात. यासाठीच परमात्माविषयक बुद्धीच्या प्रसन्नतेतून निर्माण होणारं ते सुख सात्त्विक म्हटलं जातं।।३७।।

गीतार्थ : ३६व्या श्लोकापासून ३९व्या श्लोकापर्यंत श्रीकृष्ण अर्जुनाला सुखाचे प्रकार सांगत आहेत.

प्रत्येकाची सुखाची परिभाषा वेगवेगळी असते. बहुतेक वेळा ही परिभाषा त्यांच्या इच्छा-आकांक्षांवर आधारित असते. वास्तविक सुखाची अनुभूती मनुष्याची चेतना, त्याची समज, विचार, धारणा, बुद्धी आणि धृती यांवर अवलंबून असते. जशी त्याची प्रकृती असते, तसे त्याचे गुण असतात, शिवाय त्याचं सुखही तसंच असतं. (सत्त्व, रज, तम)... यासाठीच गुण आणि प्रकृती यांच्या आधारे श्रीकृष्ण अर्जुनाला सुखदेखील तीन प्रकारांमध्ये विभागून सांगत आहेत.

प्रस्तुत दोन श्लोकांमध्ये ते सात्त्विक सुख समजावताना सांगत आहेत, 'सात्त्विक सुख ते आहे, जे ईश्वरभक्ती, भजन, ध्यान आणि निःस्वार्थ सेवा इत्यादी केल्याने लाभतं. असं सुख मनुष्याचा वैयक्तिक लाभ, अनुकूलता, स्वार्थपूर्ती यांवर अवलंबून नसतं. त्याच्या जीवनात कोणतेही चढउतार आले तरी तो ईश्वरप्रेम, भक्ती आणि सेवा यांतच सुख शोधतो.'

ज्याने 'सात्त्विक सुखच खरं, स्थायी सुख आहे' ही समज प्राप्त केली, त्याला सुखी आणि आनंदी राहण्याची किल्ली गवसली असं समजायला हरकत नाही. असा मनुष्य ईश्वराच्या इच्छेलाच आपली इच्छा मानतो. तो संपूर्ण स्वीकारभाव आणि समभाव यांच्यासह जीवन जगतो. मग त्याचं जीवन वैयक्तिक न राहता निःस्वार्थ बनतं. त्यामुळे त्याचं सुख प्रापंचिक प्राप्ती-अप्राप्ती यांवर अवलंबून

नसतं. यासाठीच श्रीकृष्ण सांगतात, 'सात्त्विक सुखाने समस्त दुःखांचा कायमस्वरूपी अंत होतो.'

मनुष्य सात्त्विक सुखाला तेव्हाच सुख समजतो, जेव्हा त्याची चेतना तितकी विकसित झालेली असते. आरंभी तर एका प्रापंचिक मनुष्याला ईश्वर-भजन, चिंतन, ध्यान इत्यादी गोष्टी निरर्थक आणि वेळेचा अपव्यय करणाऱ्या वाटतात. मात्र त्याला जेव्हा ईश्वराकडे काही मागायचं असतं, तेव्हाच त्याच्यात काही क्षण भक्ती जागृत होते.

एखाद्या घरात जेव्हा भजन-कीर्तन यांचं आयोजन केलं जातं, तेव्हा काही लोक पूर्ण समर्पित भावनेने तिथे उपस्थित असतात. पण इतर लोक नाइलाजास्तव आलेले असतात. असं दृश्य आपल्या पाहण्यात आलं असेल. त्यांपैकी दोन-चार लोक गुपचूप दुसऱ्या खोलीत जाऊन गप्पा मारत बसतात. अशा लोकांना जर जबरदस्तीने ध्यान, जप, सत्यश्रवण इत्यादी करण्यासाठी बसवलं, तर त्यांची स्थिती किती दयनीय असेल बरं!

श्रीकृष्ण सांगतात, ''सात्त्विक सुख असं सुख आहे, जे आरंभी, सुरुवातीला विषासमान, निरर्थक वाटतं. परंतु जसजसं मनुष्य याच्या गहनतेत प्रवेश करतो, तसतसं त्याच्या चेतनेचा स्तर उंचावतो. मग तेच त्याला अमृतासमान मधुर, हितकर, दुःख-तणाव दूर करणारं, आनंद देणारं भासू लागतं.''

३८

श्लोक अनुवाद : आणि- जे सुख विषय आणि इंद्रियं यांच्या संयोगांनी मिळतं, ते प्रथम- भोगकाळात अमृततुल्य वाटत असलं तरी त्याचे परिणाम मात्र विषतुल्य असतात, त्यामुळे ते सुख राजस म्हटलं गेलं आहे.॥३८॥

गीतार्थ : सात्त्विक सुखानंतर प्रस्तुत श्लोकात श्रीकृष्ण राजसी सुखाचं वर्णन करत आहेत. ते म्हणतात- ''हे सुख सात्त्विक सुखाच्या विरुद्ध आहे. पण

अध्याय १८ : ३८

राजसी सुख असं आहे, जे भोगताना अमृतासमान वाटतं. परंतु परिणाम मात्र विषासमान कडवट असतात.''

हे एका साध्या उदाहरणाने समजून घेता येईल. पवन आणि मोहन या दोन वर्गमित्रांची घट्ट मैत्री होती. परीक्षा जवळ आल्याने दोघांनी एकत्रितपणे परीक्षेची तयारी करायचं ठरवलं. म्हणून शाळा सुटल्यानंतर दोघेही पवनच्या घरी अभ्यास करत. त्याच काळात पवनचा मावस भाऊ सोनू तिथे राहायला आला. जेव्हा पवन आणि मोहन खोलीत अभ्यास करत, तेव्हा सोनू हॉलमध्ये आपला व्हिडिओ गेम खेळत असे. त्या वेळी दोघांनाही अभ्यास करणं अतिशय कठीण जात असे. शिवाय त्यांनाही गेम खेळायची इच्छा होत असे.

या परिस्थितीत पवन स्वतःवर नियंत्रण ठेवू शकला नाही. काही दिवसांतच मधून मधून थोडा ब्रेक घेऊन तो सोनूजवळ जाऊन गेम खेळू लागला. सुरुवातीला दहा मिनिटं, मग २० मिनिटं, मग अर्धा तास... असा त्याचा ब्रेकचा कालावधी वाढू लागला. त्यामुळे मोहनलादेखील खेळावंसं वाटे. परंतु अशा वेळी तो मनाला मुरड घालून परीक्षेच्या तयारीतच मग्न होत असे.

काही दिवसांनी परीक्षेचा निकाल लागला. तेव्हा मोहनला खूपच चांगले गुण मिळाले होते. पण पवन मात्र नापास होता होता वाचला. या उदाहरणात अभ्यास सात्त्विक सुखाचं प्रतीक आहे आणि व्हिडिओ गेम हे विषय प्रलोभनाचं प्रतीक आहे. व्हिडिओ गेम खेळण्याचं सुख राजसी सुखाचं प्रतीक आहे. व्हिडिओ गेम (विषय प्रलोभन) पवन आणि मोहन यांना (प्रापंचिक लोकांना) आकर्षित करत होता. तरीदेखील मोहनने आपल्या विवेकबुद्धीने अभ्यासाची (सात्त्विक सुखाची) निवड केली. फलस्वरूप त्याला चांगले गुण मिळाले, अमृतासमान सुख लाभलं. दुसऱ्या बाजूला व्हिडिओ गेमच्या (विषय प्रलोभनाच्या) आकर्षणात फसून पवनला अस्थायी राजसी सुख मिळालं. त्या वेळी त्याला तेच खरं सुख भासत होतं.

अध्याय १८ : ३९

परंतु नंतर ते विषासमान ठरलं. त्यामुळे त्याला परीक्षेत गुण कमी मिळाले जे त्याच्यासाठी अतिशय दुःखदायी ठरलं.

श्रीकृष्ण सांगतात- ''राजसी सुख विषय आणि इंद्रिय यांच्या संयोगाने प्राप्त होतं.'' इंद्रियं म्हणजे नाक, कान, डोळे, जीभ, त्वचा. यांचे विषय क्रमशः गंध, श्रवण, (बोलणं, संगीत इत्यादी), दृश्य, स्वाद, शब्द, त्वचा यांच्यावर होणाऱ्या संवेदना, सर्दी-गरमी इत्यादी आहेत. जे सुख एखाद्या इंद्रियाद्वारे एखादा सांसारिक विषय ग्रहण करून मिळतं, ते राजसी श्रेणीतील सुख आहे. स्वादिष्ट पदार्थ खाण्याची आवड असणाऱ्या मनुष्याला स्वादेंद्रियांद्वारे स्वादिष्ट पदार्थांवर ताव मारण्यात, गप्पा मारणाऱ्याला कान आणि जिभेद्वारे संभाषण करण्यात, इकडच्या तिकडच्या गप्पा मारण्यात, चित्रपटाची आवड असणाऱ्या मनुष्याला डोळे-कान यांद्वारे चित्रपट पाहण्यात सुख मिळतं. असं इंद्रिय-सुख अस्थायी असतं. यालाच श्रीकृष्णांनी राजसी सुख म्हटलं आहे. जे मनुष्याला त्या सुखाविषयी आसक्त करतं, त्यामुळे त्याची सुखप्राप्तीची ओढ वाढते. आता प्रत्येक वेळी कामना पूर्ण होणं शक्य नसतं. त्यामुळे शेवटी दुःख आणि निराशा याच गोष्टी पदरी पडतात.

३९

श्लोक अनुवाद : तसंच- जे सुख भोगकाळात तसंच परिणाम प्राप्त झाल्यानंतरही आत्म्याला मोहित करणारं ठरतं. निद्रा, आळस आणि प्रमाद यांनी निर्माण होणाऱ्या सुखाला तामस म्हटलं गेलं आहे.।।३९।।

गीतार्थ : आता तामस सुखाविषयी जाणून घेऊ या. केवळ तामसिक लोकच या गोष्टींना सुख मानतात. मात्र उच्च चेतनेच्या लोकांसाठी तर हे दुःखच आहे. तामसिक सुखाविषयी श्रीकृष्ण सांगतात- ''तामसिक सुख भोगकाळात आणि त्यानंतर त्याचे परिणाम लाभल्यानंतरही आत्म्याला मोहग्रस्त करतं.''

मनुष्याच्या आत स्थित असलेला आत्मा किंवा जिवात्मा तर

ईश्वराचाच अंश आहे. हे तर तुम्ही गीतेतील दुसऱ्या अध्यायापासूनच वाचत आला आहात. त्यामुळे आत्म्याचा मूळ स्वभाव, त्याचे गुणधर्म ते सर्व ईश्वराप्रमाणेच आहेत. परंतु मायेच्या रंगात रंगून मनुष्य ईश्वराचा रंग विसरून जातो. तो मायेत पूर्णपणे आसक्त होऊन, मोहग्रस्त होऊन विपरीत दिशेने चालू लागतो. वास्तविक ही दिशा त्याला पतनाकडे घेऊन जाते. त्याच्या चेतनेचा स्तर कमी होत जातो, त्यामुळे त्याची विवेकबुद्धी मूढ बनते. अशा स्थितीत त्याला चुकीच्या गोष्टीदेखील योग्य वाटतात. त्यामुळे त्याचं चिंतन, त्याची सर्व कर्मं दूषित बनतात. तिथे गुणांऐवजी विषय-विकारांचं राज्य असतं. परिणामी तो निकृष्ट दर्जाच्या म्हणजेच तामसिक गोष्टींमध्येच सुख शोधतो. दुःखांनाच सुख समजून अज्ञानात जीवन जगतो आणि अज्ञानातच मरतो.

उदाहरणार्थ, एखादा मद्यपी दारू पिण्यासाठी आपलं घरदारही विकून टाकतो. त्याच्यासाठी तेच सुख असतं. वास्तविक या व्यसनापायी त्याचं कुटुंब उद्ध्वस्त होतं, आरोग्य बिघडतं, तरीदेखील त्याला दारू पिणं हेच सुखदायी वाटतं. त्याची ही दयनीय अवस्था पाहून करुणावश त्याला जर कोणी जेवण करायला पैसे दिले तरी तो त्या पैशाने जेवण करण्याऐवजी दारूच पित राहील. असं सुख तामसिक श्रेणीत मोडतं. शिवाय असं सुख मनुष्याला निरंतर पतनाकडे घेऊन जातं आणि एके दिवशी त्याचा सर्वनाश करतं. तरी त्यात तो इतका आसक्त होतो, की त्याला त्याचा नाशही दिसू शकत नाही.

श्लोकात श्रीकृष्ण पुढे सांगतात- ''तामस सुख, निद्रा, आळस आणि प्रमाद यांपासून निर्माण होतं.'' इथे त्यांना निद्रा ही शरीराला आराम मिळावा यासाठी आवश्यक असणारी बाब नसते. उलट सर्व कर्तव्यकर्म सोडून कुंभकर्णासारखं झोपून राहणंच त्यांना सुखावह वाटतं. इथे निद्रेचा आणखी एक अर्थ सांगितला जातो. तो आहे- अज्ञानात राहणं... ज्ञानचक्षू बंद ठेवणं. आपलं मूळ स्वरूप विसरून मायेलाच सत्य मानून जीवन जगणं

हेदेखील निद्रेत राहण्यासारखंच आहे. तामसिक सुख याच अज्ञानावस्थेतून निर्माण होतं. मनुष्य आळसाच्या आहारी जाऊन आपली कर्तव्यकर्मंदेखील बहाणे देऊन टाळत राहतो आणि त्यातच त्याला सुख मिळतं. त्याचं हे कृत्य इतरांना मूर्खपणाचं वाटत असलं तरी त्याला यात काहीच चुकीचं वाटत नाही. अज्ञानामुळे त्याला होणारं नुकसानही दिसत नाही. आळसामुळे त्याचा आर्थिक, सामाजिक, मानसिक, आध्यात्मिक विकास थांबतो आणि त्याची वाटचाल पतनाच्या दिशेने सुरू होते. इतकं सगळं घडूनही तो आळसातच सुखी राहतो.

प्रमादचा अर्थ आहे- नशेत मग्न राहणं. ही नशा बल, पद, गुण, कला, जात, समृद्धी अशा वेगवेगळ्या गोष्टींची असू शकते. मनुष्याला ज्या गोष्टीची घमेंड असते, तो त्यातच मग्न होऊन खुश राहत असतो. त्यामुळेच त्याला सत्य दिसायचंच बंद होतं. तो अहंकारी बनल्याने इतर लोकही त्याला तुच्छ भासतात. उदाहरणार्थ, रावणाला आपल्या बळाची घमेंड होती. तो स्तुतिपाठकांनी घेरला गेला होता. ते त्याला अहंकार पुष्ट करणाराच सल्ला देत, म्हणून त्यांचंच तो ऐकत असे. परिणामी तो वास्तव पाहू शकला नाही. आपल्या बळाने डोळ्यांवर धुंदी चढल्याने रावण ना हनुमानाचं बळ समजू शकला, ना श्रीरामाचं बळ ओळखू शकला... हनुमानाने त्याची लंका जाळून टाकली. अशा प्रकारे रावण अजेय, अमर असूनही श्रीरामांच्या हातून मारला गेला.

निद्रा, आळस आणि प्रमाद यांतून जे काही सुख मिळतं, ते तामसिक श्रेणीचं असतं. त्यामुळेच असं सुख भासणारं दुःख ओळखून मनुष्याने सात्त्विक सुखाचा शोध घ्यायला हवा. सात्त्विक सुखच आपल्याला आनंद आणि शांती देतं, तसंच बंधनातून मुक्तीच्या दिशेने अग्रेसर करतं.

४०

श्लोक अनुवाद : पृथ्वीवर, आकाशात अथवा देवतांमध्ये तसंच यांशिवाय अन्य कोणत्याही ठिकाणी असं कोणतंही सत्त्व नाही, ज्यामध्ये प्रकृतीद्वारे उत्पन्न होणारे हे तीन गुण नाहीत।।४०।।

गीतार्थ : श्रीकृष्णांनी मागील काही अध्यायांमध्ये आणि श्लोकांमध्ये मनुष्याच्या त्रिगुणमयी प्रकृतीचं सविस्तर वर्णन केलं आहे. ते सांगतात, ''मनुष्य स्वतःला कर्ता मानून जगात कसा जगतोय? वास्तविक तो कर्मं करत नसून त्याचे सत्त्व, रज, तम हे गुण ते कर्मं करत आहेत. जे निसर्गाद्वारे त्याला मिळाले आहेत. याच गुणांच्या आधारावर मनुष्यांचं व्यक्तिमत्त्व आणि कर्मं यांमध्ये विविधता आहे. त्यामुळे सृष्टीरूपी रंगमंचावर प्रत्येक भूमिका करण्यासाठी अभिनेता उपलब्ध आहे.

संसार सत्त्वगुणी, रजोगुणी आणि तमोगुणी लोकांनी व्यापलेला आहे. संपूर्ण सृष्टीत पृथ्वीवर, आकाशात किंवा पाण्यात... सर्व जीव याच तीन गुणांद्वारे आपापल्या भूमिका बजावत आहेत. त्यामुळेच ईश्वराने रचलेल्या लीलेत सर्वकाही स्वचलित-स्वघटित होत आहे. या तीन गुणांच्या पातळीवर ईश्वराची माया संसाररूपी नृत्य करत आहे. यांखेरीज इतर काहीही नाही. अशा रीतीने श्रीकृष्ण गुणांचं वर्णन समाप्त करून पुढच्या गोष्टीकडे वळत आहेत.

अध्याय १८ : ४०

● **मनन प्रश्न :**

१. कोणतं काम करताना तुम्हाला अधिक सुख मिळतं, ते सुख कोणत्या श्रेणीत येतं? यावर मनन करा.

२. तुम्ही जेव्हा सात्त्विक सुखाऐवजी राजसी किंवा तामसी सुखाला महत्त्व दिलं अशा मागील काही घटनांवर मनन करा. त्यानंतर त्याचा जो परिणाम प्राप्त झाला, त्यातून तुम्ही काय शिकलात?

भाग १०
कर्मस्वभावाचे प्रकार
॥ ४१-४८ ॥

अध्याय १८

ब्राह्मणक्षत्रियविशां शूद्राणां च परन्तप। कर्माणि प्रविभक्तानि स्वभावप्रभवैर्गुणैः।।४१ ।।

शमो दमस्तपः शौचं क्षान्तिरार्जवमेव च। ज्ञानं विज्ञानमास्तिक्यं ब्रह्मकर्म स्वभावजशम्।।४२ ।।

शौर्यं तेजो धृतिर्दाक्ष्यं युद्धे चाप्यपलायनम्। दानमीश्वरभावश्च क्षात्रं कर्म स्वभावजम्।।४३।।

कृषिगौरक्ष्यवाणिज्यं वैश्यकर्म स्वभावजम्। परिचर्यात्मकं कर्म शूद्रस्यापि स्वभावजम्।।४४।।

स्वे स्वे कर्मण्यभिरतः संसिद्धिं लभते नरः। स्वकर्मनिरतः सिद्धिं यथा विन्दति तच्छृणु।।४५।।

यतः प्रवृत्तिर्भूतानां येन सर्वमिदं ततम्। स्वकर्मणा तमभ्यर्च्य सिद्धिं विन्दति मानवः।।४६।।

श्रेयान्स्वधर्मो विगुणः परधर्मात्स्वनुष्ठितात्। स्वभावनियतं कर्म कुर्वन्नाप्नोति किल्बिषम्।।४७ ।।

सहजं कर्म कौन्तेय सदोषमपि न त्यजेत्। सर्वारम्भा हि दोषेण धूमेनाग्निरिवावृताः।।४८।।

४१

श्लोक अनुवाद : यासाठी- हे परंतप! ब्राह्मण, क्षत्रिय आणि वैश्य तसंच शूद्र यांच्या कर्मस्वभावातून निर्मित गुणांद्वारे विभक्त केले गेले आहेत।।४१।।

गीतार्थ : मनुष्य सत्त्व, रज, तम या तीन गुणांनी बनलेल्या आपल्या स्वभावानुसार स्वाभाविक कर्म करतच सुख आणि संतुष्टी अनुभवतो. उदाहरणार्थ, सत्त्वगुणी मनुष्याला सत्याशी निगडित असलेलं काम करायला आवडतं. जसं- पठण, अध्यापन, पूजा-पाठ, ध्यान इत्यादी. रजोगुणी मनुष्याला सतत काम करत राहण्याची इच्छा असते. त्यामुळे त्याला व्यापार, नोकरी, राजकारण अशा गोष्टी करायला आवडतात. तमोगुणी मनुष्य असं काम करेल, ज्यात त्याच्या शरीराला आणि बुद्धीला जास्त कष्ट पडू नयेत.

मनुष्याने जर आपल्या स्वाभाविक प्रकृतीनुसार कार्य केलं तर ते अधिक कौशल्यपूर्वक होतं. यामुळे समाजाचंही भलं होतं आणि त्याचादेखील खूप विकास होतो. ही गहन बाब एका उदाहणाद्वारे समजून घेऊ या.

रीता नुकतीच एम.बी.ए. झाली होती. तिचं मन सतत अभ्यासातच रमत असे, त्यामुळे तिला स्वयंपाक करायला अजिबात आवडत नसे. शिवाय तिला व्यवसाय करण्याचीही खूप आवड होती. व्यवसाय करण्यासाठी आवश्यक असलेले सर्व गुण तिच्यात उपलब्ध होते. लग्नापूर्वी रीता तिच्या वडिलांना त्यांच्या व्यवसायात मदत करत असे. तिच्या कौशल्यामुळे व्यवसायात खूपच प्रगती होऊ लागली होती. परंतु तिचा विवाह अशा रूढीवादी कुटुंबात झाला, जिथे महिलांना केवळ चूल आणि मूल इथपर्यंतच सीमित ठेवलं जायचं. म्हणून नाइलाजाने तिला तेच काम करावं लागत होतं, जे तिच्या स्वभावाविरुद्ध होतं.

स्वयंपाकाची सवय नसल्याने ती उत्कृष्ट स्वयंपाक करू शकत नसे. त्यामुळे सासरचे लोक तिला सतत टोमणे मारत असत, की 'मुलगी असूनही स्वयंपाक करायला शिकली नाही.' या टोमण्यांमुळे रीता अतिशय उदास, निराश होत असे.

रीताच्या सासरी जो व्यवसाय होता, तो म्हणावा तितका चांगला चालत

नव्हता. तिचा पती सुनील व्यवसाय सांभाळत असे. सुनीलला व्यवसायाची अजिबात आवड नव्हती. कारण तो अतिशय चांगला गायक होता आणि त्याला संगीतातही खूपच रुची होती. परंतु कुटुंबाच्या दबावाखाली त्याला नाइलाजास्तव व्यवसाय करावा लागत होता. व्यवसायात वारंवार होणाऱ्या नुकसानीमुळे तोदेखील नेहमी उदास, निराश आणि त्रस्त राहत असे.

दररोजच्या या कटकटीने त्रस्त होऊन दोघा पति-पत्नीने आपापसात चर्चा करून एक योजना आखली. दोघेही घरातून पळून शहरात गेले. तिथे सुनिलने मुलांसाठी संगीताचे क्लास सुरू करून स्वतःच्या रियाजालाही प्रारंभ केला. रीताने घरातच कपड्यांचा एक छोटासा व्यवसाय सुरू केला. घरातील काम दोघं मिळून करत असत. आपापल्या स्वभावानुसार कर्म करत असल्याने दोघेही खूप कष्ट केले तरी थकत नसत. त्यांना जे काही अल्प-स्वल्प मिळत होतं, त्यात ते अतिशय खुश राहू लागले. हळूहळू त्यांच्या कष्टाला यश मिळू लागलं. अशा प्रकारे रीताचा व्यवसाय खूपच वाढला. परंतु ते छोटंसं शहर असल्याने त्याला गायक म्हणून लौकिक प्राप्त करायला जास्त संधी मिळाली नाही. तरीदेखील तो खुश होता. कारण तो त्याच्या आवडीचं काम करत होता. त्याचा संगीताचा क्लास ठीकठाक चालला होता. आता ते दोघेही पूर्णतेच्या भावनेसह संपन्न आणि सुखदायी जीवन जगू लागले.

म्हणून आपल्या स्वभावाशी ताळमेळ साधणारं काम करणं किती आवश्यक असतं, हे येथे आपल्याला समजलं. तेच काम मनुष्याला सुख आणि संतोष देतं. त्याद्वारेच मनुष्य आणि समाज यांचा चौफेर विकास होतो. हीच बाब लक्षात घेऊन पूर्वीच्या काळी एक सुव्यवस्थित सामाजिक प्रणाली तयार केली गेली, तिचं नाव 'वर्ण व्यवस्था'. यात समाजात चार मुख्य वर्ग तयार केले. हे वर्ग, वर्ण कर्मांच्या स्वरूपावर आधारित होते. त्यांना क्रमशः ब्राह्मण, वैश्य, क्षत्रिय आणि शूद्र ही नावं दिली गेली. प्रत्येक वर्गात समान स्वभावाचे लोक होते, जे त्या वर्गातील कामं सहजपणे करत असत. श्रीकृष्ण

पुढील काही श्लोकांमध्ये अर्जुनाला याच वर्ण व्यवस्थेचं आणि स्वाभाविक कर्मांचं ज्ञान, समज देत आहेत.

४२

श्लोक अनुवाद : अंतःकरणाचा निग्रह करणं, इंद्रियांचं दमन करणं, धर्मपालनासाठी कष्ट सहन करणं, अंतर्बाह्य शुद्ध राहणं, इतरांच्या अपराधाबद्दल त्यांना क्षमा करणं; मन, इंद्रियं आणि शरीर शुद्ध राखणं; वेद, शास्त्र, ईश्वर आणि परलोक इत्यादींवर श्रद्धा ठेवणं; वेद-शास्त्रांचं अध्ययन आणि अध्यापन करणं व परमात्म्याच्या तत्त्वाचा अनुभव करणं- या सर्व गोष्टी ब्राह्मणाची स्वाभाविक कर्मं आहेत।।४२।।

गीतार्थ : श्रीकृष्णांनी गीतेत सांगितलंय- 'ब्राह्मण, वैश्य, क्षत्रिय आणि शूद्र माझीच अंगं आहेत, जी क्रमशः मेंदू, हात, पोट आणि पाय यांचं प्रतीक आहेत.' या वर्गातील लोकांचा वैचारिक आणि चेतनेचा स्तर सर्वांत उच्च दर्जाचा असतो. त्यामुळे ब्राह्मण वर्णाला मेंदूची संज्ञा दिली गेली आहे. त्यांची विचारधारणा, तसंच कर्म, ज्ञान, बुद्धी, धृती आणि आहारही सात्त्विक असतो. ते सात्त्विक सुख प्राप्त करूनच सुखी होतात.

'ब्राह्मण' या शब्दाचा अर्थ आहे- ब्रह्म म्हणजेच सत्यात रमण करणारा. या वर्णाचे लोक सत्यप्रिय असतात आणि सत्याचा अभ्यासही करतात. श्लोकात श्रीकृष्णांनी ब्राह्मणांची जी स्वाभाविक कर्मं सांगितली ती पुढीलप्रमाणे आहेत-

अंतःकरणाचा निग्रह करणं : मायेतून निर्माण झालेल्या अनुचित गोष्टींवरून आपलं मन दूर करून सत्यावरच केंद्रित करणं, विचार सात्त्विक राखणं होय.

इंद्रियांचं दमन करणं : आपली इंद्रियं इतकी अनुशासित करावीत, की ती इंद्रियांच्या विषयांमध्ये आसक्त होऊन त्यातच गुंतून राहू नयेत. ब्राह्मणाची इंद्रियं आवश्यक आणि स्वाभाविक विषयांना अकर्ता भावनेनंच ग्रहण करतात.

धर्मपालनासाठी कष्ट सोसणं : सत्याग्रही ब्राह्मण कोणत्याही परिस्थितीत धर्मपालन करतातच. मग त्यासाठी त्यांना कितीही कष्ट करावे लागले, तरीदेखील ते निग्रहाने त्याचा सामना करतात. तुम्ही राजा हरिश्चंद्राची गोष्ट ऐकलीच असेल. सत्यासाठी त्यांनी कितीतरी कष्ट सहन केले, सत्यापासून ते कधीही दूर गेले नाही. भक्त प्रल्हाद आणि संत मीराबाई यांनीदेखील अनेक वेळा अक्षरशः मृत्यूचाही सामना केला, परंतु तरीही ते भक्तीपासून विन्मुख झाले नाही.

अंतर्बाह्य शुद्ध राहणं : शरीराच्या शुद्धतेला बाह्य शुद्धी आणि भावना व विचार यांच्या शुद्धतेला आंतरिक शुद्धी म्हटलं आहे. ब्राह्मणाचा आचार, विचार, व्यवहार, बाह्य राहणीमान या गोष्टी नेहमी शुद्ध आणि सात्त्विक असायला हव्यात.

अपराध्यांना क्षमा करणं : सर्वांप्रति क्षमाभाव राखणं हा अतिशय महत्त्वपूर्ण गुण आहे. ब्रह्म जाणणारा, त्यातच रममाण झालेला मनुष्य म्हणजे ब्राह्मण हे तुम्ही याआधी जाणलंच आहे. त्यामुळे ब्राह्मण सर्वांमध्ये तीच एक चेतना पाहतो. त्यासाठी सर्वांबद्दल दया, क्षमा, करुणा, प्रेम अशा भावना बाळगतो.

मन, इंद्रियं आणि शरीर शुद्ध राखणं : ब्राह्मणाचं मन, इंद्रियं आणि शरीर या गोष्टी सात्त्विक, शुद्ध आणि अनुशासित असतात. सत्य आणि धर्म यांचं पालन करण्यासाठी या गोष्टी खूप साहाय्यक ठरतात.

वेद, शास्त्र, ईश्वर आणि परलोक इत्यादींमध्ये श्रद्धा बाळगणं : गीतेमध्ये श्रीकृष्णांनी वेद, शास्त्र, ईश्वर, जीव, सूक्ष्म आणि स्थूल जगत... या सर्व गोष्टींचं सार सांगितलं आहे. यासाठीच ब्राह्मण, गीतेतील ज्ञानावर पूर्ण विश्वास आणि श्रद्धा ठेवून त्याचं अनुसरणदेखील करतात, असं आपण म्हणू शकतो.

वेद-शास्त्र यांचं अध्ययन-अध्यापन करणं : ब्राह्मण वेद-शास्त्र आणि अन्य आध्यात्मिक, विज्ञान, कला इत्यादी ग्रंथांचं अध्ययन तसंच अभ्यास

करून ज्ञान प्राप्त करतात. यासोबतच ते ज्ञान इतरांनादेखील प्रदान करतात. म्हणून गुरू, शिक्षक, ज्ञानीजन यांचा ब्राह्मण वर्णात समावेश होतो, मग ते कोणत्याही जातीचे असले तरी.

परमात्मा तत्त्वाचा अनुभव करणे : हा ब्राह्मणाचा मूळ आणि पहिला धर्म आहे, की तो स्वबोधाच्या अवस्थेत स्थापित असतो. म्हणजेच परमात्म्याचा तत्त्वासह अनुभव करतो.

ज्या मनुष्यात वरील सर्व गुण आहेत, तो कोणत्याही देशाचा, जातीचा, धर्माचा असला तरी ब्राह्मण म्हणण्यायोग्य आहे, असं श्रीकृष्ण सांगतात. हे गुण असलेले सत्यसाधक, योगी, भक्त, संत, गुरू, शिक्षक, विचारक, दार्शनिक, कलाकार इत्यादी ब्राह्मण वर्णाचे लोक आहेत.

४३-४४

श्लोक अनुवाद : शूर-वीरता, तेज, धैर्य, चातुर्य आणि युद्धातूनही पळ न काढणं, दान देणं आणि स्वाभिमान, ही सर्वच्या सर्व क्षत्रियांची स्वाभाविक कर्मं आहेत।।४३।।

तसंच क्षत्रिय- शेती, गोपालन आणि क्रय-विक्रय रूपी सत्य-व्यवहार ही वैश्यांची स्वाभाविक कर्मं आहेत. त्याचप्रमाणे सर्व वर्णांची सेवा करणं शूद्राचंदेखील स्वाभाविक कर्म आहे।।४४।।

गीतार्थ : जगात सत्यमार्गावर चालणारे केवळ ब्राह्मण वर्गातीलच लोक नसावेत, तर प्रत्येक प्रकारचं कर्तव्यकर्मं करणारे, प्रत्येक प्रकारची भूमिका बजावणारे लोक असावेत, जेणेकरून जगरूपी रंगमंचावर ईश्वराची लीला जोरदार सुरू राहावी. उदाहरणार्थ, एखाद्या देशाचा कारभार सुरळीत चालावा, यासाठी गुरू, ज्ञानी, भक्त, शिक्षक, कलाकार यांशिवाय आणखी कोणकोणत्या भूमिका बजावणारे लोक हवेत? त्याला नेता, प्रशासकीय अधिकारी, सैनिक, पोलीस, वैज्ञानिक, व्यापारी, डॉक्टर, इंजिनिअर,

श्रमिक, विद्यार्थी, शेतकरी... आणि आणखीही कित्येक प्रकारचे लोक हवे असतात. या इतर सर्व लोकांचा आपापल्या कामानुसार वेगवेगळ्या वर्णांमध्ये समावेश होतो.

देशाचं कामकाज, प्रशासन, सुरक्षितता इत्यादी सांभाळणारे लोक जसे- राजा, सैनिक, मंत्रीगण इत्यादींचा क्षत्रिय वर्गात समावेश होतो. आजच्या युगात पंतप्रधान, राजनीतिज्ञ, सैन्य, पोलीस, सीमा सुरक्षा दल, प्रशासकीय अधिकारी, सरकारी कर्मचारी इत्यादींचा क्षत्रिय वर्णात समावेश होतो.

क्षत्रिय वर्णात रजोगुण प्रबळ असतो. त्यांच्या गुणधर्मांचं वर्णन करत श्रीकृष्ण सांगतात, ''शूरवीरता, तेज, धैर्य, चातुर्य, युद्धातून पलायन न करणं, दान देणं आणि स्वाभिमान इत्यादी सर्व क्षत्रियांचं स्वाभाविक कर्म आहे.'' ब्राह्मण, गरीब, निर्बल यांचं रक्षण करणे, दान देणे, त्यांच्या उपजीविकेची काळजी घेणं हे क्षत्रियांचंच कर्तव्य आहे.

श्रीकृष्णांनी वैश्यांना आपल्या उदराचं म्हणजेच पोटाचं प्रतीक म्हटलं आहे. कारण हा वर्ण समाजाला जगण्यासाठी आवश्यक असणाऱ्या वस्तू जमा करतो. या वर्णाचं मुख्य कर्म व्यापार आहे. शेती, गोपालन आणि वस्तूंची खरेदी-विक्री करणं म्हणजेच व्यापार करून हिशेब ठेवणं वैश्याचं स्वाभाविक कर्म आहे. श्रीकृष्णांनी सत्य-व्यवहार हादेखील वैश्याचा प्रमुख गुण सांगितला आहे. कपट कारस्थान, चोरी, इतरांचा हक्क हिरावून घेण्याची भावना, भ्रष्टाचार, भेसळ अशा गोष्टींचा अवलंब न करता पूर्ण शुद्ध भाव ठेवून प्रामाणिकपणाने व्यापार करणं यालाच 'सत्य-व्यवहार' म्हटलं गेलं आहे.

शूद्र वर्णात श्रमिक आणि सेवक लोक येतात, जे इतर सर्व वर्णातील लोकांची कोणत्या ना कोणत्या प्रकारे सेवा करतात.

तुम्ही इथे चारही वर्णांविषयी वाचलं. प्रत्येक वर्णाची काही खास भूमिका, वैशिष्ट्यं आणि जबाबदाऱ्या आहेत. त्यामुळे मनुष्य आपले गुण, स्वभाव, रुची, सुविधा आणि गरजा यांच्या आधारे आपल्या भूमिकेची

(कर्तव्यांची) निवड करून ती बजावतो. प्रत्येक भूमिकेचं स्वतःचं असं महत्त्व आहे. प्रत्येक भूमिका आवश्यक आहे. कोणतीही भूमिका लहान वा मोठी नसते. या जगाला जर एक इमारत समजलं तर प्रत्येक भूमिका ही त्या इमारतीत वापरल्या गेलेल्या एका विटेप्रमाणे असते. कोणतीही इमारत उभी राहण्यामागे त्यातील प्रत्येक विटेचं योगदान महत्त्वाचं असतं.

जसं, दहावीनंतर विद्यार्थी आपापल्या विषयांच्या आधारावर कला, विज्ञान, वाणिज्य अशा वेगवेगळ्या वर्गांमध्ये सामील होतात. अगदी तसंच आपल्या प्राचीन संस्कृतीमध्ये लोकांना आपले गुण, स्वभाव आणि भूमिका यांच्या आधारावर चार वर्णांमधील कोणताही एक वर्ण निवडण्याची व्यवस्था केली गेली. परंतु काही कालावधीनंतर समाजातील काही स्वार्थी परंतु प्रभावशाली लोकांनी आपला स्वार्थ साधण्यासाठी गुण आणि भूमिका यांच्या जोरावर वर्णव्यवस्था जातीवर आधारित परिवर्तित केली. जेणेकरून त्यांची पुढची पिढी गुणवान असो वा नसो, तिचा समावेश श्रेष्ठ गणल्या जाणाऱ्या वर्णातच व्हावा. अशा प्रकारे एक चांगली व्यवस्था बिघडून टाकली. बहुसंख्य लोकांनी त्या माध्यमातून भौतिक लाभ मिळवले तर अनेक लोक पीडित झाले.

वेळोवेळी ईश्वराने अनेक संत आणि समाजसुधारक यांच्या माध्यमातून याविषयी लोकांना जागृत करण्याचा प्रयत्न केला. तरीदेखील आजतागायत जातीपातीच्या आधारावर समाजात उच्च-नीच असा भेदभाव केला जातो. आता पुन्हा या बाबी समजावल्या गेल्या, की चारही वर्णांमध्ये एकही वर्ण श्रेष्ठ अथवा कनिष्ठ नाही, सर्व समान आहेत. कारण चारही वर्णांचं आपापलं वेगळं महत्त्व आहे. चारही वर्गांनी आपलं कार्य उत्तम प्रकारे केलं तर समाजाची योग्य प्रकारे प्रगती होईल अन्यथा जातपातीच्या नावावर भांडणं करत तो समाज नष्ट होऊन जाईल.

४५-४६

श्लोक अनुवाद : आपापल्या स्वाभाविक कर्मांच्या बाबतीत तत्पर असलेला मनुष्य भगवत्प्राप्तीरूपी परमसिद्धी प्राप्त करतो. आपल्या स्वाभाविक कर्मात रममाण असणारा मनुष्य ज्या विधींनी कर्माच्या परमसिद्धीला प्राप्त होतो, तो विधी तू ऐक।।४५।।

हे अर्जुना! ज्या परमेश्वरापासून संपूर्ण प्राण्यांची उत्पत्ती झाली आहे आणि ज्याने हे संपूर्ण जग व्याप्त आहे, त्या परमेश्वराची आपल्या स्वाभाविक कर्मांद्वारे पूजा करून मनुष्य परमसिद्धीला प्राप्त होतो।।४६।।

गीतार्थ : श्रीकृष्णाद्वारे वर्णन केलेली वर्णव्यवस्था आणि त्या व्यवस्थेचं उद्दिष्ट यांचा हाच सार आहे, की मनुष्याला आपल्या सहज स्वभावानुसारच उपजीविका-कर्म, उपजीविकेचा मार्ग निवडायला हवा. इतरांचं पाहून वा दडपणाखाली स्वभावाच्या विरुद्ध कर्म निवडल्याने दुःख, तणाव आणि असंतुष्टीच प्राप्त होते. जसं- एखाद्या डॉक्टरला बालपणापासून व्यावसायिक खेळाडू बनण्याची इच्छा असते. पण कुटुंबीयांच्या इच्छेखातर तो जर डॉक्टर बनला तर कधीही तो कुशल डॉक्टर बनू शकणार नाही, जितका उत्तम खेळाडू बनेल. अशा परिस्थितीत आंतरिकरीत्या त्याला नेहमी एक पोकळी जाणवत राहील. त्याच्या आत दडलेला एक खेळाडू त्याला शांत बसू देत नाही. वेगळ्या शब्दांत सांगायचं झालं तर तुम्ही इतरांचा स्वभाव कितीही चांगल्या प्रकारे आपलासा केला तरीही तुम्ही तितकं खुश आणि संतुष्ट राहू शकणार नाही, जितकं स्वतःचा स्वभाव जाणल्यानंतर राहू शकाल.

दुसरी बाब ही आहे, की 'कोणतंही काम छोटं किंवा मोठं नसतं, सर्वांचंच आपलं आगळं वैशिष्ट्य आहे.' हे तथ्य समजून आपल्या स्वभावानुरूप कर्म पूर्ण श्रद्धा आणि समर्पण भावनेने हाती घ्यायला हवं. त्या कर्माबद्दल आदर बाळगायला हवा. तेच कर्म तुम्हाला या प्रापंचिक

जीवनाच्या पलीकडे घेऊन जाऊ शकतं. ज्यायोगे आध्यात्मिक गोष्टीदेखील साध्य होऊ शकतात. हे सत्य सिद्ध करत श्रीकृष्ण सांगतात- ''आपापली स्वाभाविक कर्मं तत्परतेने करत राहणारा मनुष्य भगवत्प्राप्तीरूपी, स्वबोधरूपी परमसिद्धी प्राप्त करतो.''

बहुसंख्य लोक विचार करतात, 'प्रपंचाचा त्याग करूनच ईश्वरप्राप्ती होऊ शकते.' त्यामुळे एक तर ते प्रपंचात राहून ईश्वरप्राप्तीसाठी प्रयत्नच सुरू करत नाहीत किंवा आपलं घरदार सोडून संन्यास घेऊन ईश्वरप्राप्तीच्या हेतूने रानावनात भटकत राहतात. मात्र काही लोक विचार करतात, 'खालच्या दर्जाचा व्यवसाय करणाऱ्या लोकांना ईश्वरप्राप्ती होऊ शकत नाही. त्यांना जर ईश्वरप्राप्ती साधायची असेल, तर त्यांनी एखादा उच्च व्यवसाय करायला हवा.' जसं, एक मासेमार विचार करतो, 'मी इतक्या हत्या करत आहे, तेव्हा ईश्वर मला कसं स्वीकारेल?' श्रीकृष्ण या दोन श्लोकांमध्ये लोकांची ही शंका दूर करत आहेत.

कर्तव्यकर्माद्वारेच ईश्वरप्राप्तीचा विधी विशद करत श्रीकृष्ण सांगतात, ''ज्या परमेश्वरापासून सगळ्या प्राण्यांची उत्पत्ती झाली आहे आणि ज्याने हे संपूर्ण जग व्यापलेलं आहे, त्या परमेश्वराची आपल्या स्वाभाविक कर्मांद्वारे पूजा करून मनुष्य परमसिद्धी प्राप्त करतो.''

अर्थात ईश्वरप्राप्तीसाठी आपल्या कर्तव्यकर्मांपासून ना दूर पलायन करण्याची गरज आहे, ना ते बदलण्याची. कारण कर्तव्यकर्म निसर्गाद्वारे दिलं गेलं आहे. इथे आवश्यकता आहे, ती आपल्या कर्माला पूजा बनवण्याची, सेवा बनवण्याची, भक्ती बनवण्याची...

कोणतंही कर्म पूजा किंवा सेवा कसं बनतं, यावर तर श्रीकृष्णांनी पूर्ण कर्मयोगाचं ज्ञान सांगितलं आहे. ईश्वरालाच कर्ता मानून कर्म आणि कर्मफल यांविषयी आसक्त न होता, कर्मफळ ईश्वराला समर्पित करून तुमचं कर्मदेखील भक्ती आणि सेवा बनतं.

संत कबीर विणकर होते. त्यांनी त्यांचं काम कधीही सोडलं नाही. अगदी अंतकाळापर्यंत ते निष्ठेने विणकाम करत राहिले आणि ते करत असतानाच स्वबोधही प्राप्त केला. आत्मसाक्षात्कारी संत रविदास चांभार होते. ते चप्पल, बूट तयार करत असत. त्यांनीदेखील त्यांचं काम कधीही हीन दर्जाचं मानलं नाही. ते म्हणत, 'मन चंगा तो कठौती में गंगा।' (चांभार चपला, बूट वगैरे बनवण्यासाठी ज्या भांड्यात कातडं भिजत घालतो, त्याला हिंदीमध्ये 'कठौती' असं म्हणतात.) त्यांची आध्यात्मिक अवस्था अशी होती, की महाराणी मीरेने त्यांना गुरू मानलं. राजा जनक यांनीदेखील सर्व कर्तव्यकर्म बजावत ईश्वरप्राप्ती साधली.

तात्पर्य, प्रत्येक काम ईश्वराचंच काम आहे, सर्वांचं मोल समान आहे. या भावनेत स्थापित राहून अकर्ता भावनेने कर्म करत राहून स्वबोधरूपी परमसिद्धी प्राप्त केली जाऊ शकते.

४७-४८

श्लोक अनुवाद : यासाठी- चांगल्या प्रकारे आचरण केलेल्या इतरांच्या धर्मापेक्षा गुणरहित असला तरी आपलाच धर्म श्रेष्ठ आहे. कारण स्वभावाने नियोजित केलेलं स्वधर्मरूप कर्म करणारा मनुष्य पापी बनत नाही।।४७।।

म्हणूनच- कुंतीपुत्रा! दोषयुक्त असूनही सहज कर्माचा त्याग करू नये. कारण अग्नीमधील धुराप्रमाणे सर्व कर्मं कोणत्या ना कोणत्या प्रकारे दोषयुक्त आहेतच।।४८।।

गीतार्थ : गीतेच्या आरंभी अर्जुनाने आपला युद्धातून पळून जाण्याचा निर्णय श्रीकृष्णाला सांगितला होता. त्या निर्णयाचं समर्थन करण्यासाठी अर्जुनाने अनेक तर्क सांगितले होते. त्यांपैकी एक तर्क हादेखील होता, की 'या युद्धात मी स्वजनाला, आपल्या गुरूंना मारून पापाचा भागीदार होईन. त्यामुळे मला या लोकातदेखील अपकीर्ती मिळेल आणि माझा परलोकदेखील खराब

होईल.' अर्जुनाच्या याच तर्काला श्रीकृष्णांनी प्रस्तुत श्लोकात छेद दिला आहे.

ते अर्जुनाला समजावत राहिले, की "स्वभावाने निश्चित केलेलं स्वधर्मस्वरूप, कर्तव्यकर्म मनुष्यासाठी श्रेष्ठ आहे. ते कर्म केल्याने तो पापी बनत नाही." अर्थात बाह्यतः तुमचं कर्म कसंही दिसत असलं, मग ते पापकर्म जरी असलं तरीही ते ते तुमचं कर्तव्य कर्म आहे, तुमच्यासाठी ईश्वराच्या पूजेप्रमाणे आहे. म्हणून ते केल्याने पाप लागत नाही, उलट केलं नाही तर पाप लागेल. ज्याचा परिणाम नकारात्मक येईल, असं चुकीचं कर्मबंधन बनवणं, म्हणजेच पाप होय.

उदाहरणार्थ, सर्व धर्मांमध्ये हिंसेला पाप म्हटलं आहे. फाशी देण्याचं काम करणारा जल्लाद कैद्यांना फाशी देऊन मारतो. एक सैनिक युद्धात अशा लोकांना मारतो, जो त्या लोकांना वैयक्तिकरीत्या जाणतही नाही. नगरपालिकेत बेवारशी कुत्री मारण्यासाठीही कर्मचारी नियुक्त केलेले असतात. तेव्हा बेवारशी कुत्री मारणं हे त्यांचं कर्तव्यकर्म आहे.

पापकर्म कोणतं आणि पुण्यकर्म कोणतं, हे श्रीकृष्णांनी कर्मयोगात चांगल्या प्रकारे समजावलं आहे. कर्मामागे असणाऱ्या भावनेवर ते अवलंबून असतं. कर्म करताना कर्म करणाराच्या मनात तिरस्कार, द्वेष, घृणा किंवा बदला घेण्याची भावना असेल तर ते पाप आहे. मग त्याचं फळ दुःखदच येणार. एखाद्या कैद्याला फाशी देताना फाशी देणाऱ्या माणसाच्या मनात प्रतिशोधाची, द्वेषाची, तिरस्काराची भावना असेल तर ते पापस्वरूप कर्म आहे. म्हणून अशा कर्माचं फळ दुःखदच येणार. क्षमेच्या भावनेने आपलं कर्तव्य बजावून दुःखद फळ येत नाही.

कर्म जर कर्मयोगाची समज अंगीकारून केलं असेल अर्थात, कर्म करताना कर्ताभाव नसेल तर कोणतंही कर्मबंधन तयार करत नाही आणि असं कर्म मुक्तीचं कारण बनेल. यासाठीच कर्म करताना तुम्ही स्वतःला हे प्रश्न विचारा 'मी हे कर्म का करत आहे? हे कर्म करण्यामागे माझे कोणते भाव

अध्याय १८ : ४७-४८

आहेत?' मनुष्याच्या वृत्ती, संस्कार आणि कर्म यांमागील भाव या गोष्टीच त्याच्या कर्मबंधनाचं कारण बनतात. त्याच्या कर्मांनी बंधन तयार होऊ नये असं जर मनुष्याला वाटत असेल, तर कर्म करताना त्याला सजग राहावं लागेल. कर्म करण्यापूर्वीच जर तुम्ही प्रामाणिकपणे स्वचौकशी केली, तर तुम्ही सजग होऊन कर्मामागील भाव जाणू शकाल.

अर्जुन स्वभावाने क्षत्रिय असून तो एक योद्धा आहे म्हणून धर्मासाठी युद्ध करणं हे त्याचं स्वाभाविक कर्तव्यकर्म आहे, युद्धाचा त्याग करून संन्यासी बनणं त्याच्यासाठी पापकर्म ठरेल. हे युद्ध जर त्याने अकर्ता भावनेनं केलं तर तो पाप-पुण्य यांपासून मुक्तच राहील. त्यासाठी प्रत्येक कर्मात काहीतरी दोष असणारच हे श्रीकृष्ण त्याला समजावत आहेत. श्वास घेतानाही कितीतरी सूक्ष्म जंतू मरतात. शेती करताना शेतकऱ्याकडून कित्येक कीटक मरतात. परंतु अशा दोषयुक्त असणाऱ्या सहज स्वाभाविक कर्मांचा त्याग करू नये. जसं, अग्नीत धूर रूपी दोष असतो, तसंच सर्व कर्मांमध्ये काही ना काही दोष असतोच. त्यामुळे अशा गोष्टीत न गुंतता लीलाक्षी आणि अकर्ताभावनेनं कर्तव्यकर्म करत राहायला हवं.

● **मनन प्रश्न :**

१. तुमच्या स्वभावावर मनन करून, तुमचा समावेश कोणत्या वर्णात होतो, हे पाहा.

२. आज तुम्ही जे उपजीविकेचं कर्म करत आहात, ते तुमच्या स्वभावाला अनुरूप आहे का? ते करत असताना तुम्हाला आनंद आणि संतोष लाभतो का? या गोष्टी मिळत नसतील तर या मागील कारण काय? यावर मनन करा.

भाग ११
'काही नाही'
करण्याची कला
॥ ४९-५५ ॥

अध्याय १८

असक्तबुद्धिः सर्वत्र जितात्मा विगतस्पृहः। नैष्कर्म्यसिद्धिं परमां सन्न्यासेनाधिगच्छति ।।४९।।

सिद्धिं प्राप्तो यथा ब्रह्म तथाप्नोति निबोध मे। समासेनैव कौन्तेय निष्ठा ज्ञानस्य या परा।।५०।।

बुद्ध्या विशुद्धया युक्तो धृत्यात्मानं नियम्य च। शब्दादीन्विषयांस्त्यक्त्वा रागद्वेषौ व्युदस्य च ।।५१।।

विविक्तसेवी लघ्वाशी यतवाक्कायमानस। ध्यानयोगपरो नित्यं वैराग्यं समुपाश्रितः।।५२।।

अहङ्कारं बलं दर्पं कामं क्रोधं परिग्रहम्। विमुच्य निर्ममः शान्तो ब्रह्मभूयाय कल्पते।।५३।।

ब्रह्मभूतः प्रसन्नात्मा न शोचति न काङ्क्षति। समः सर्वेषु भूतेषु मद्भक्तिं लभते पराम् ।।५४।।

भक्त्या मामभिजानाति यावान्यश्चास्मि तत्त्वतः। ततो मां तत्त्वतो ज्ञात्वा विशते तदनन्तरम् ।।५५।।

४९-५०

श्लोक अनुवाद : तसंच हे अर्जुना!- सर्वत्र आसक्तिरहित बुद्धी असणाऱ्या आकांक्षारहित आणि आत्मसंयमी पुरुषाला सांख्ययोगाद्वारे निष्काम कर्माची सिद्धी प्राप्त होते।।४९।।

म्हणून जी ज्ञानयोगाची परा निष्ठा आहे, ती निष्कर्मसिद्धी प्राप्त करून मनुष्य ब्रह्माला प्राप्त होतो. ती हे कुंतिपुत्रा, तू संक्षिप्त रूपात माझ्याकडून समजून घे ।।५०।।

गीतार्थ : गीतेच्या अंतिम अध्यायातील या भागात श्रीकृष्ण अर्जुनाला एक प्रकारे जणू सांख्ययोगाची साररूप उजळणीच घडवत आहेत. सांख्ययोगाची समज अंगीकारून मार्गक्रमण केलं तर अंतिमतः त्याला 'परम नैष्कर्म्य सिद्धी' प्राप्त होते, जिचं वर्णन ४९व्या श्लोकात केलं गेलं आहे.

'नैष्कर्म्य' या शब्दाचा अर्थ आहे- निष्क्रियता म्हणजेच रिकामटेकडेपणा किंवा काहीच न करणं. परंतु असं 'काही न करणं' हे काहीही न करणं नाही. हे 'काही न करणं' अशी सर्वोच्च आध्यात्मिक प्राप्ती आहे, जी प्राप्त केल्यानंतर काहीही करण्याची गरज भासत नाही. सरळ शब्दांत सांगायचं तर 'नैष्कर्म्य'चा अर्थ आहे- पूर्णपणे अकर्ता होऊन आदेशानुसार 'मी शरीर नाही' ही समज प्राप्त करून आपलं कर्तव्यकर्म करत राहणं.

जगातील बहुसंख्य लोक आजदेखील योग्य मार्गदर्शनाच्या अभावी गीतेतील 'अकर्ता' बनण्याचा संदेश अयोग्य प्रकारे ग्रहण करत आहेत. तेही कोणती समज प्राप्त न करता. तसंच स्वतःमध्ये पात्रता निर्माण न करता आपलं घरदार, जबाबदाऱ्या सोडून संन्यासी बनत आहेत. अशा प्रचलित चुकीच्या धारणा पूर्णपणे नाकारून श्रीकृष्ण या अंतिम अध्यायात पुन्हा उद्घोष करत आहेत, की 'नैष्कर्म्य' म्हणजे 'अकर्ता भाव' बाह्य रूपात काम करणे अथवा न करण्यावर अवलंबून नाही. तर कर्म करत असतानाच कर्ता असण्याच्या अहंकाराचा त्याग हीच 'नैष्कर्म्य' अवस्था आहे.

जे सांख्ययोगाची समज जीवनात पूर्णपणे उतरवतात, तेच ही अवस्था प्राप्त करू शकतात. ती समज आहे- 'ईश्वरच कर्ता आहे आणि जीव त्यापासून वेगळा

नाही. त्याला वेगळा दिसणारा 'मी' (अहंकार) केवळ भ्रम आहे.'

सांख्ययोग सत्याची मूळ समज असल्याने ती धारण केल्यानंतर, तिच्या निरंतर अभ्यासाने साधकात कोणत्याही गोष्टीप्रति आसक्ती राहत नाही. त्याच्यात कोणतीही कामना (स्पृहा) उरत नाही. त्याचं मन आणि भावना पूर्णपणे त्याच्या अधीन असतात. अशा प्रकारे तो पूर्णपणे 'परम नैष्कर्म्य सिद्धी' प्राप्त करतो. 'जे काही सुरू आहे, ती माझी कथा नाहीच आणि मी कर्ताही नाही,' अशी जागृती त्याच्यात येते.

मुलांना शाळेत जेव्हा व्याकरण शिकवलं जातं, तेव्हा त्यांना एक वाक्य दिलं जातं. उदाहरणार्थ, 'राधा अंगणात नृत्य करत आहे.' मग त्यांना विचारलं जातं, 'आता सांगा बरं, या वाक्यात कर्ता कोण आहे, कर्म कोणतं आणि क्रिया कोणती सुरू आहे?' वास्तविक सत्याची मूळ समज सांगते- कर्ता, कर्म, क्रिया, ते स्थान आणि वेळ जिथे क्रिया संपन्न होत आहे, हे सर्व ईश्वरच आहे. सर्वकाही त्याच्या आत आणि त्याच्याद्वारेच घडत आहे. राधादेखील ईश्वरच आहे, अंगणही ईश्वरच आहे आणि नृत्य करणाराही ईश्वरच आहे. अशा प्रकारे नृत्य न करताच नृत्य सुरू आहे.

कधी कधी साबणाच्या पाण्याचे असे बुडबुडे तयार होतात, जे पाहताना असं दिसतं, की एकाच्या आत दुसरा, दुसऱ्याच्या आत तिसरा अशी शृंखलाच बनते. परंतु त्या बुडबुड्याला स्पर्श केल्यानंतर एकाच वेळी सर्व बुडबुडे फुटतात आणि तिथे काहीच उरत नाही. अगदी याचप्रमाणे सत्याच्या मूळ समजेला स्पर्श करताच सर्व अज्ञान तत्क्षणी दूर होतं. कर्ता, कर्म, क्रिया, स्थान, समय, जीव, ईश्वर... यांच्यातील फरक संपुष्टात येतो आणि राहतो केवळ एकमात्र 'तोच'. मग कर्मं केली जात नाहीत, केवळ ती होत असताना स्वासाक्षीभावनेनं पाहिली जातात. हीच आहे परम नैष्कर्म्य अवस्था, जी ज्ञानयोगाची पराकाष्ठा आहे आणि त्यानेच जीव ब्रह्मासोबत लीन होतो.

अध्याय १८ : ५१-५३

पुढील काही श्लोकांमध्ये श्रीकृष्ण ही अवस्था प्राप्त करण्याची पात्रता म्हणजेच गुण समजावत आहेत.

५१-५३

श्लोक अनुवाद : हे अर्जुना!- विशुद्ध बुद्धीने युक्त तसंच सात्त्विक धारणशक्तीद्वारे अंतःकरण आणि इंद्रियं यांचं संयमन करून शब्दादी विषयांचा त्याग करून, राग-द्वेष सर्वस्वी नष्ट करून।।५१।।

एकांत स्थळी एकांतात वास करणारा, हलकं, सात्त्विक आणि नियमित भोजन करणारा, मन, वाणी आणि शरीर यांना वश करणारा, निरंतर ध्यानयोगात तत्पर राहणारा, योग्य प्रकारे दृढ वैराग्य प्राप्त झालेला।।५२।।

तसंच अहंकार, बल, घमेंड, काम, क्रोध आणि भौतिक गोष्टींचा त्याग करून आसक्तिरहित आणि शांत पुरुष सच्चिदानन्दघन ब्रह्माशी एकरूप होण्यासाठी पात्र ठरतो।।५३।।

गीतार्थ : या तीन श्लोकांमध्ये श्रीकृष्ण त्या परब्रह्माशी एकरूप होऊन त्यात स्थापित होण्यासाठी जी पात्रता आवश्यक असते, ती सांगत आहेत. या अवस्थेलाच 'परम नैष्कर्म्य सिद्धी', स्टॅबिलायजेशन, निर्विकल्प समाधी आणि पराभक्ती असंदेखील म्हटलं गेलं आहे. भक्ताची पात्रता आणि गुण यांविषयी तुम्ही गीतेच्या १२व्या अध्यायात सविस्तर जाणलं आहे. इथे पुन्हा ते उद्धृत करत श्रीकृष्ण सांगतात, ''त्या साधकाची बुद्धी शुद्ध, सात्त्विक असायला हवी. त्याच्यावर रजोगुण आणि तमोगुण यांचा प्रभाव पडू नये, म्हणून त्याने हलकं, सात्त्विक आणि नियमित भोजन करायला हवं.''

त्याने शब्दादी विषयांचा त्याग करायला हवा. अर्थात त्याच्या इंद्रियांनी स्वाभाविकपणे आवश्यक असणाऱ्या विषयांचं अनासक्त भावनेनं सेवन करायला हवं. त्याने विषयांच्या आहारीही जाऊ नये आणि त्यात गुंतूनही पडू नये. त्याचं वर्तन शुद्ध असायला हवं. त्याच्या विचारांमध्ये

अध्याय १८ : ५१-५३

मौन असायला हवं म्हणजेच त्याने व्यर्थ चिंतन न करता सात्त्विक विचार बाळगायला हवेत. त्याने अनावश्यक मनोरंजन आणि व्यर्थ गोष्टींपासून दूर राहून एकांतप्रिय असायला हवं.

वास्तविक एकांत मनुष्याच्या अंतरंगातच आहे. कोलाहलातदेखील एकटं राहण्याच्या कलेचं नाव आहे 'मौन'. भाऊगर्दीत कारभार सांभाळत जर मनुष्य मनाची संपूर्ण शांती कायम राखू शकला तर तो खऱ्या अर्थाने एकांताचंच सेवन करत असतो. मात्र जंगलात राहूनही तो विचारांच्या दलदलीत असेल तर असा मनुष्य एकटा असूनही एकांतवासी नाही. एकांत ध्यानाद्वारे सहजपणे प्राप्त केला जाऊ शकतो. एकांत म्हणजे एकाचाही अंत, जिथे ना तुम्ही आहात, ना मी, न दोन आहेत, ना एक.

यानंतर श्रीकृष्ण सांगतात, "त्याची धारणा शक्ती (धृती) सात्त्विक असायला हवी, तिच्याद्वारे तो आपलं अंतःकरण आणि इंद्रियं संयमित करण्यात समर्थ असावा. अर्थात त्याचं मन, वाणी, इंद्रियं, शरीर पूर्णपणे अनुशासित असायला हवं आणि ते त्याचे दास बनायला हवेत. या सर्व गोष्टींनी त्याच्या आज्ञेनुसार कर्म करावं आणि त्याला सत्यावर स्थापित राहायला मदत करावी.

ज्या साधकाने अहंकार, बल, घमेंड, कामवासना, क्रोध, संचय करण्याची प्रवृत्ती आणि मोह यांचा त्याग केला आहे, ज्याचा राग-द्वेष नष्ट झाला आहे, जो उत्तम प्रकारे वैराग्यात स्थापित झाला आहे, तोच त्या परब्रह्माशी एकरूप होऊन स्थापित होतो.

असा साधक जगात चालता फिरता, कर्म करत असतानाही ईश्वरातच लीन राहतो. बाहेर काहीही सुरू असो, आतून तो पूर्णपणे शांत राहतो. तो उघड्या डोळ्यांनी पाहत आणि इतरांप्रमाणे सामान्य जगात व्यवहार करतदेखील आंतरिक रूपाने निरंतर ध्यानयोगातच रममाण राहतो.

संत कबीर, गुरू नानक, ईसा मसीह, राजा जनक आणि स्वतः

अध्याय १८ : ५४-५५

श्रीकृष्ण असेच साधक होऊन गेले, ज्यांनी एकम् भावात स्थित राहून निरंतर ध्यानयोगात तत्पर राहत, जगात सर्व प्रकारची अभिव्यक्ती केली.

५४-५५

श्लोक अनुवाद : मग तो– सच्चिदानन्दघन ब्रह्मात एकरूप झालेला प्रसन्न मनाचा योगी ना कोणासाठी शोक करतो, ना कशाची आकांक्षा करतो. असा समस्त प्राण्यांविषयी समभाव बाळगणारा योगी माझ्या पराभक्तीला प्राप्त होतो.।।५४।।

आणि त्या– पराभक्तीद्वारे तो मला, परमात्म्याला मी जो आहे आणि जितका आहे, अगदी तसाच्या तसा तत्त्वाने जाणतो, तसंच त्या भक्तीने मला तत्त्वतः जाणून तत्काळ माझ्यात प्रविष्ट होतो.।।५५।।

गीतार्थ : एका गावातील मंदिराच्या जवळच एक तलाव होता. लोक त्या तलावात नाणी टाकून नवस बोलत असत. त्याच गावात एक अतिशय गरीब मुलगा राहत होता. तो सर्वांच्या नजरा चुकवून रात्री तलावात उतरून त्यातील नाणी जमा करत असे. या नाण्यांवरच त्याची गुजराण होत असे.

एके दिवशी त्या मुलाला तलावात एक चमत्कारिक दगड गवसला. त्याने तो दगड त्याच्याकडील एका डब्यात ठेवून दिला. दुसऱ्या दिवशी गावकऱ्यांनी त्याला पैसे चोरण्याच्या गुन्ह्याखाली पकडून मारपीट केली आणि त्याला गावाबाहेर जाण्याची आज्ञा दिली. पण तो रडू लागला, गयावया करू लागला. मात्र कोणालाही त्याची दया आली नाही.

आता त्या गावातून जाण्यासाठी तो जेव्हा सामानाची बांधाबांध करू लागला, तेव्हा तो चमत्कारिक दगड त्याने ज्या पत्र्याच्या डब्यात ठेवला होता, तो डबा सोन्याचा बनलेला दिसला. हे पाहून तो मुलगा खूप खुश झाला. कारण त्याच्या हाती परिस लागला होता, ज्याचा स्पर्श होताच इतर धातूंचं सोन्यात रूपांतर होत असे. आता तर त्याच्या कित्येक पिढ्यांना पैसा कमावण्याची गरजच उरली नाही. तो मुलगा आनंदाने गावातून निघून

अध्याय १८ : ५४-५५

शहरात गेला आणि सुखसंपन्न जीवन जगू लागला. आता ना त्याला गावाची आठवण होत होती, ना आपल्याशी इतरांनी केलेल्या गैरवर्तनाचं दुःख होत होतं. तो सदैव प्रसन्न राहत असे.

ज्याच्या हाती परिस लागेल (सत्यानुभव असेल) तो एखाद्या छोट्याशा गोष्टीची मनीषा बाळगेल का...? तो सर्वस्वी समर्थ आहे, हे जाणल्यानंतर कोणाविषयी का रडत बसेल? ज्याला जगातील सर्वांत मोठा आनंद मिळालाय, तो आपली जुनी दुःखं उगाळत बसेल का? आणि लहानसहान क्षणिक आनंदामागे धावेल का...?

ईश्वरच असा परिस आहे, जो प्राप्त करून साधक स्वतःच परिस बनतो. आता त्याच्यापासून वेगळं आणि दूर असं काहीही राहत नाही. त्याच्यासाठी सर्वकाही ब्रह्मस्वरूप होऊन जातं. त्यामुळे त्याला काही गमावल्याचं दुःखही होत नाही, ना कोणी काही हिरावून घेईल अशी भीतीही वाटत नाही. शिवाय काही प्राप्त करण्याची इच्छाही त्याच्यात उरत नाही. तो ईश्वरातच रमून सदैव प्रसन्न राहतो. यासाठी श्रीकृष्ण सांगतात, ''सच्चिदानन्दघन ब्रह्मात एकरूप झालेला, प्रसन्न मनाचा योगी कोणाविषयी शोकही करत नाही आणि कशाची आकांक्षाही बाळगत नाही.''

पुढे श्रीकृष्ण सांगतात, ''अशा सर्व प्राण्यांविषयी समभाव बाळगणाऱ्या योग्याला माझी पराभक्ती प्राप्त होते आणि त्या भक्तीद्वारे तो मला, परमात्म्याला तत्त्वरूपाने जाणतो आणि माझ्यात प्रविष्ट होतो.''

अंतिम सत्याच्या शोधात साधक, अध्यात्मातील सर्व मार्गांचं अनुसरण करत शेवटी तेजज्ञान प्राप्त करतो. त्यानंतर 'भक्त आणि भगवान एकच आहे' हे ज्ञान त्याला स्वानुभावाने प्राप्त होतं. आता तुम्ही विचार कराल, की भक्त आणि ईश्वर एकच झाले तर याच्या पुढे काय असेल? पुढे भक्त आणि ईश्वर पुन्हा विभक्त होतात. ही अतिशय गहन बाब आहे. ही बाब पुढील उदाहरणाद्वारे समजून घेऊ या.

एकदा एक लहान मुलगा आणि त्याचे वडील दोघे मिळून लपंडाव खेळत होते. वडील घरात लपून बसले होते आणि मुलगा त्यांना घरभर शोधत होता. बराच वेळ सर्वत्र शोधूनही वडील त्याला सापडले नाहीत, त्यामुळे मुलगा रडू लागला. मुलाच्या रडण्याचा आवाज ऐकल्यानंतर अचानक 'भाँ' असा आवाज करत ते त्याच्यासमोर आले.

आता त्या मुलामध्ये कोणते भाव असतील याची जरा कल्पना करा. त्या मुलाच्या चेहऱ्यावर एकाच वेळी भीती, दुःखाश्रू आणि असीम आनंद हे भाव झळकले असतील. कारण आता तो वडिलांना पाहतो. वडील त्याला भेटतात. अशा वेळी मुलात कोणता आश्चर्यभाव असेल?

मग मुलगा वडिलांना म्हणतो, ''आता तुम्ही पुन्हा कुठे तरी जाऊन लपा, मी पुन्हा तुम्हाला शोधतो.'' या खेळात मुलाला खूप मजा येते. वडील कुठेही हरवणार नाहीत, असा त्याला पूर्ण विश्वास असतो. आता वडिलांचा शोध हा केवळ आनंदासाठी असतो. वडिलांची कार्य करण्याची पद्धत त्याला माहीत झालेली असते. म्हणून वडील पुन्हा लपतात, मुलगाही पुन्हा त्यांना शोधू लागतो. मग अचानक वडील त्याच्यासमोर प्रकट होतात. मात्र यावेळी मुलाला भीतीऐवजी परमानंदाचा अनुभव होतो.

अशाच प्रकारे भक्त आणि भगवान जेव्हा एक होतात, मग ते केवळ आनंदासाठी पुन्हा विभक्त होतात, तेव्हा जी सुरू होते ती 'पराभक्ती.' ही भक्तीची सर्वोच्च अवस्था आहे. ईश्वर आणि जीवन एकच आहेत, वेगळे नाहीत, हे सांख्ययोगाचं ज्ञान यावरच आधारित आहे. या अवस्थेला 'पराभक्ती', नैष्कर्म्य सिद्धी, स्टॅबिलायजेशन, निर्विकल्प समाधी, स्वबोध... असं कोणतंही नाव दिलं तरी त्याची व्याख्या शब्दांत केली जाऊ शकत नाही. ज्या शरीरात ही अवस्था निर्माण होते, त्या शरीराद्वारे ईश्वरच अभिव्यक्ती करतो. ते शरीर श्रीकृष्णाच्या पोकळ मुरलीसमान असतं. जेणेकरून त्या मुरलीद्वारे त्याचाच राग आळवला जातो.

अध्याय १८ : ५४-५५

● **मनन प्रश्न :**

१. या भागात सांगितलेल्या रिक्त होण्याच्या कलेवर मनन करा आणि ती कला आपल्या कार्यात उतरवण्याचा प्रयत्न करा.

२. या भागात श्रीकृष्णांनी भक्ताच्या ज्या पात्रतेचं वर्णन केलं आहे, त्यांपैकी कोणकोणत्या गुणांवर तुम्ही काम सुरू केलं आहे आणि कोणत्या गुणांवर काम करणं बाकी आहे, हे पाहा. त्यासाठी लिखित कार्ययोजना आखा.

भाग १२
'कर्मयोगाचं' पुनःस्मरण
॥ ५६-६३ ॥

अध्याय १८

बसर्वकर्माण्यपि सदा कुर्वाणो मद्व्यपाश्रयः। मत्प्रसादादवाप्नोति शाश्वतं पदमव्ययम् ।।५६।।

चेतसा सर्वकर्माणि मयि सन्न्यस्य मत्परः। बुद्धियोगमुपाश्रित्य मच्चित्तः सततं भव।।५७।।

मच्चित्तः सर्वदुर्गाणि मत्प्रसादात्तरिष्यसि। अथ चेत्वमहाङ्कारान्न श्रोष्यसि विनङ्क्ष्यसि।।५८।।

यदहङ्कारमाश्रित्य न योत्स्य इति मन्यसे । मिथ्यैष व्यवसायस्ते प्रकृतिस्त्वां नियोक्ष्यति ।।५९।।

स्वभावजेन कौन्तेय निबद्धः स्वेन कर्मणा । कर्तुं नेच्छसि यन्मोहात्करिष्यस्यवशोऽपि तत्।।६०।।

ईश्वरः सर्वभूतानां हृद्देशेऽजुर्न तिष्ठति। भ्रामयन्सर्वभूतानि यन्त्रारुढानि मायया ।।६१।।

तमेव शरणं गच्छ सर्वभावेन भारत। तत्प्रसादात्परां शान्तिं स्थानं प्राप्स्यसि शाश्वतम् ।।६२।।

इति ते ज्ञानमाख्यातं गुह्याद्गुह्यतरं मया । विमृश्यैतदशेषेण यथेच्छसि तथा कुरु।।६३।।

५६-५७

श्लोक अनुवाद : आणि– मत्परायण झालेला कर्मयोगी तर सर्व कर्मं करत राहूनही सदैव माझ्या कृपेने सनातन अविनाशी परमपदाला पोहोचतो।।५६।।

यासाठी हे अर्जुना! तू सर्व कर्मं मनःपूर्वक करून मलाच अर्पण कर. तसंच समबुद्धी रूप योगाचा अवलंब करून माझ्याशी निष्ठा राखून आणि निरंतर माझ्यात चित्त ठेव।।५७।।

गीतार्थ : मागील भागात एक प्रकारे आपण सांख्ययोगाची उजळणीच केली. श्रीकृष्ण सांगतात, ''माझ्या ठायी निष्ठा असलेला कर्मयोगी जगात आपल्या भूमिकेनुसार सर्व कर्तव्यकर्म योग्य प्रकारे करतो आणि तरीदेखील कर्मबंधनातून मुक्त राहतो. जसं, कमळाच्या पानांवर पाण्याचे थेंब पडले तरी ते लगेच निथळून खाली पडतात, त्यावर थांबत नाहीत. अशाच प्रकारे कर्मयोग्याने कर्म केल्यानंतरही कर्मबंधन बनत नाही. तो प्रत्येक बंधनातून मुक्त राहून केवळ सुखी, यशस्वी प्रापंचिक जीवनच जगत नाही, तर सर्वोच्च, अविनाशी, परमपद म्हणजेच स्वबोधही प्राप्त करतो.

कर्मयोगाचा सिद्धान्त आहे– अनासक्त भावनेने ईश्वराचं निमित्त बनून कर्म करणे आणि त्याचं फळदेखील ईश्वराला समर्पित करणं. कर्मयोग्याचे भाव काहीसे अशा प्रकारचे असतात– 'तन-मन-धन-कर्म आणि त्याचं फळ, सर्वकाही तुझंच आहे. तुझंच तुला अर्पण, माझं काय आहे... मीदेखील तुझाच, समर्पण करणारादेखील तुझाच.'

पुढे श्रीकृष्ण अर्जुनाला सांगतात– ''हे अर्जुना, तू– सर्व कर्मं मनापासून मला अर्पण कर तसंच समबुद्धीसह माझ्याशी एकनिष्ठ हो आणि निरंतर माझंच ध्यान कर.'' इथे समबुद्धीचा अर्थ आहे, कर्मफळाची प्राप्ती आणि अप्राप्ती यांमध्ये समभाव राखणं. अन्यथा जेव्हा कर्माचं फळ मनाप्रमाणे मिळतं, तेव्हा लोक अत्यंत आनंदी होतात आणि मनाविरुद्ध मिळालं, की दुःखी होतात. परंतु एक कर्मयोगी, फळ काहीही मिळालं तरी ते समभावनेने ईश्वराला अर्पित करतो. तसं पाहिलं तर एक समबुद्धी मनुष्यच फळाविषयी अनासक्त राहू शकतो.

अध्याय १८ : ५८-५९

हनुमान आणि भरत यांचं चरित्र कर्मयोग्याशी तंतोतंत जुळणारं उदाहरण आहे. दोघांनी श्रीरामाशी एकनिष्ठ राहून, त्यांचं चिंतन करत निमित्त बनून आपली सर्व कर्मं केली. शिवाय त्याचं सगळं श्रेयदेखील श्रीरामालाच दिलं.

५८-५९

श्लोक अनुवाद : वरील प्रकारे– माझ्याठायी चित्त ठेवून तू माझ्या कृपेने सर्व संकटं अनायासपणे पार करशील. पण अहंकारामुळे माझी वचनं ऐकली नाही तर नष्ट होऊन जाशील अर्थात परमार्थातून पतन होईल।।५८।।

आणि– जर तू अहंकाराचा आश्रय घेऊन हे म्हणत असशील, की 'मी युद्ध करणार नाही', तर हा तुझा निश्चय मिथ्या आहे, कारण तुझा स्वभाव तुला सक्तीने युद्ध करण्यासाठी प्रवृत्त करेल।।५९।।

गीतार्थ : गीतेच्या अंतिम अध्यायापर्यंत येत श्रीकृष्णांनी सृष्टीची सर्व रहस्यं उलगडली आहेत. जगाच्या रंगमंचावर एक लीलारूपी नाटक सुरू आहे, ते एका पूर्वलिखित कथानकावर आधारित असून हे कथानक सर्व कर्मबंधनं आणि त्यांचं फळ यांमधील देवाणघेवाणीवर आधारित आहे. त्या कथानकानुसार घटना स्वयंचलित रीतीने घडत आहेत. त्या अनुषंगाने शरीराला विचार देऊन कार्यरत केलं जातंय, तीन गुण (सत्त्व, रज, तम) त्याच्याकडून काम करवून घेत आहेत. अशा प्रकारे प्रत्येक जीवन अतिशय उत्कृष्टरीत्या स्वयंचलित रूपात सुरू आहे. जसं– मुलाने अभ्यास करावा म्हणून परीक्षेपूर्वी त्याला नापास होण्याची भीती दाखवली जाते. ती भीती कोठून येते? ही भीती आपल्याकडून काही काम करवून घेण्यासाठी निसर्गाकडून दिली जाते.

श्रीकृष्ण सांगतात, "हे अर्जुना, हे महान रहस्य समजून तू कर्ता बनू नकोस, तर कर्मयोगी बन. माझ्याशी एकनिष्ठ राहून माझ्या कृपेने तू सर्व कर्मं

अध्याय १८ : ५८-५९

सहजपणे करत जाशील आणि त्यातून कोणतंही बंधन निर्माण होणार नाही. अशा प्रकारे तू कर्ताभाव (अहंकार) बाळगल्याने निर्माण होणारी संकटं सहजपणे पार करशील.

"जीवनाचं हे रहस्य ज्यांना माहीत नसतं, ते स्वतःला कर्ता मानून त्याच्या ओझ्याखालीच जीवन जगतात. मनाप्रमाणे फळ मिळालं, की आनंदाने बेभान होतात, अहंकारी बनतात आणि म्हणतात, 'पाहा, मी किती मोठं काम केलंय' पण मनाविरुद्ध फळ मिळालं की दुःखी, निराश होऊन कधी तर कधी स्वतःच्या नशिबाला दोष देतात."

पुढे श्रीकृष्ण सांगतात, "तुझं कर्तव्यकर्म निष्काम भावनेने करून तू मुक्ती प्राप्त करशील आणि अहंकाराच्या आहारी जाऊन कर्तव्यकर्म केलं नाही तर ते चुकीच्या कर्मबंधनात बद्ध होतील आणि परमार्थातून त्याचं पतन होईल म्हणजेच सत्यापासून तो दूर जाईल.

जगरूपी लीलेचा रचयिता ईश्वर आहे. त्याच्या लीलेत जे कर्म व्हायचं आहे, ते तर होणारच... आणि ज्याच्याद्वारे होणार आहे, त्याच्याच द्वारे होईल. मनुष्य निसर्गाच्या हातातील कळसूत्री बाहुला आहे. ज्याला जसं नाचवायचंय, तसं तो त्याला नाचवतोच. एक ज्ञानी कळसूत्री बाहुला हे जाणतो, की त्याला नाचवलं जात आहे. त्यामुळे ईश्वराच्या इच्छेचा स्वीकार करून तो आनंदाने नाचतो. वास्तविक एखादा अज्ञानी कळसूत्री बाहुला अहंकारवश म्हणेल, 'मी असं नाचणार नाही– तसं नाचणार नाही...' पण निसर्गाने दोरी ओढताच (विचार आणि त्रिगुण यांद्वारे) तो नाचू लागेल.

यासाठी श्रीकृष्ण अर्जुनाला सांगतात,"अज्ञानी कळसूत्री बाहुल्याप्रमाणे, 'मी युद्ध करणार नाही' हा तुझा विचारही खोटा आहे. कारण युद्ध न करणं तुझ्या हातात नाही. जंगलात जाऊनही तू शांत बसू शकणार नाहीस. तिथेही तुला युद्ध करण्याचा अत्यंत प्रबळ विचार येईल, आणि तू धावत येऊन युद्धाच्या मैदानात उतरशील. तुझा क्षत्रिय स्वभाव, तुझा

रजोगुण तुला सक्तीने युद्ध करायला भाग पाडेल.''

६०-६१

श्लोक अनुवाद : आणि- हे कुन्तिपुत्रा! मोहवश तू जे कर्म टाळत आहेस, तेच तुझ्या स्वाभाविक कर्माशी बद्ध होऊन तू करशील॥६०॥

कारण- हे अर्जुना! शरीररूपी यंत्रावर आरूढ होऊन अंतर्यामी परमेश्वर सर्व प्राणिमात्रांचं आपल्या मायेने त्यांच्या कर्मांनुसार भ्रमण करवत सर्व प्राण्यांच्या हृदयात स्थित आहे॥६१॥

गीतार्थ : कर्मसिद्धान्तानुसार कर्माशी निगडित तीन गोष्टी आहेत. 'कर्म', 'कर्मफल', आणि 'कर्मबंधन'. तुम्ही भाव, विचार, लेखन, वाणी आणि क्रिया यांद्वारे जेव्हा एखादं कर्म करता, तेव्हा त्याचं फळ कधी ना कधी नक्की मिळतंच. जोपर्यंत ते फळ मिळत नाही, तोपर्यंत तुम्ही कर्म आणि कर्मफल यांनी एका बंधनाद्वारे बांधले जाता, यालाच कर्मबंधन असं म्हणतात. अर्थात तुमच्यासमोर वर्तमानात जे काही दृश्य येतं, ते तुम्ही पूर्वी केलेल्या कर्माचं फळ असतं. मग तुमची इच्छा असो वा नसो, ते तुम्ही नाकारू शकत नाही. कारण तुम्ही त्याच्याशी बद्ध असता. यापासून तुम्हाला पलायनही करता येत नाही.

निसर्ग स्वतः काहीच करत नाही. आपल्या जीवनात आलेल्या सर्व घटना आपली प्रार्थना व कर्मं यांचा परिणाम असतात. तुम्ही महाभारताची कथा वाचली असेल. अर्जुनाने कित्येक वेळा, वेगवेगळ्या प्रसंगी कौरवांना धडा शिकवायचा, बदला घेण्याचा आणि त्यांना मारण्याचा विचार केला असेल. त्याच्याकडून कौरवांविरुद्ध कितीतरी मानसिक आणि भावनिक कर्मं घडली असतील. मात्र त्याचा परिणाम जेव्हा युद्धाच्या रूपात त्याच्या समोर आला, तेव्हा मात्र त्याने त्यापासून पलायन करण्याचा प्रयत्न केला.

यासाठीच श्रीकृष्ण अर्जुनाला सांगत आहेत- ''जे कर्म मोहापायी

तू करू इच्छित नाहीस, ते तू निश्चितपणे करशील किंवा असंही म्हणता येईल, की निसर्ग तुझ्याकडून ते करून घेईल. कारण ते दृश्य तुझ्याच एखाद्या पूर्वकर्मातून निर्माण झालं आहे आणि तू त्याच्याशी बद्ध आहेस.''

श्रीकृष्ण अर्जुनाला पुढे समजावत आहेत, की ''आपल्या कर्तेपणाच्या अभिमानाचा त्याग कर. कारण 'तू' वास्तवात कुठेही नाहीस. तुझं हाड- मांस-रक्त यांनी बनलेलं स्थूल शरीर जो चालवत आहे, तो एकच ईश्वर सर्व प्राण्यांच्या हृदयात स्थित आहे. तोच आपल्या प्रकृतीने प्रत्येक शरीराला (मन, बुद्धी, अहंकार, स्थूल शरीर यांनी बनलेल्या यंत्राला) त्यांच्या कर्मांनुसार चालवत लीला खेळत आहे.''

६२-६३

श्लोक अनुवाद : यासाठी– हे भारत! तू सर्व प्रकारे त्या परमेश्वराला शरण जा. त्या परमात्म्याच्या कृपेनेच तुला परमशांती लाभेल. तसंच सनातन परमधाम प्राप्त होईल।।६२।।

अशा प्रकारे हे गोपनीयपेक्षाही अतिगोपनीय ज्ञान मी तुला प्रदान केलं आहे. आता तू या रहस्ययुक्त ज्ञानावर पूर्णपणे विचार कर आणि त्यानंतर तुला जे पाऊल उचलायचं आहे, ते उचल।।६३।।

गीतार्थ : एक स्त्री स्वयंपाक करताना मुलांना तुमच्यासाठी कोणते पदार्थ बनवू, असं कधीही विचारत नसे. ती नेहमी तिला हवे तेच पदार्थ बनवत असे. एके दिवशी तिच्या मुलांनी तक्रार केली, 'आमच्या सर्व मित्रांची आई त्यांच्या आवडीचं जेवण बनवते. मग तूही असं का करत नाही.' यावर ती म्हणाली, 'ठीक आहे. आज मी माझ्या मनाप्रमाणे जेवण बनवणार नाही. पण त्यासाठी तुम्हाला मी दोन पर्याय देते. यांपैकी तुम्ही एकाची निवड करा...' हे ऐकून मुलं अतिशय खुश झाली. त्यानंतर आई म्हणाली, 'ते दोन पर्याय आहेत. एक तर वरणासोबत भाकरी खा किंवा मग भाकरीसोबत

वरण खा.' यालाच म्हणतात- 'छापही माझा आणि काटादेखील माझाच.'

दूरदर्शीपणा असलेल्या श्रीकृष्णांनी अर्जुनालादेखील संपूर्ण गीतेत असेच पर्याय दिले. मग ज्ञानयोगाची समज अंगीकारून युद्ध कर अथवा कर्मयोगाची... कर्तव्यकर्म समजून कर किंवा माझा एकनिष्ठ भक्त बनून कर... युद्ध तर तुला करायचंच आहे. याशिवाय तुझ्याकडे दुसरा कोणताही पर्याय नाही. यासाठीच तू सर्व प्रकारे त्या परमेश्वराला शरण जा आणि युद्धाचं कर्म कर. यानेच तुला शांती लाभेल, मुक्ती मिळेल आणि हे युद्धच तुला स्वानुभवरूपी परमपद प्राप्त होण्यासाठी निमित्त बनेल.

श्रीकृष्ण पुढे सांगतात, ''या जगाचं आणि त्याच्या स्रोताचं संपूर्ण गोपनीय रहस्य मी प्रत्येक दृष्टिकोनातून तुला समजावलं आहे. तुला जे काही मार्ग सांगितले, ते सर्व मुक्तीच्या दिशेनेच जातात. त्यांपैकी तुझ्यासाठी जो योग्य ठरेल असा कोणताही मार्ग विचारपूर्वक निवड, त्यावर पूर्ण श्रद्धा ठेवून पुढील मार्गक्रमण कर आणि युद्धाचं कर्म करून कर्मबंधनातून मुक्त हो.

• मनन प्रश्न :

१. स्वतःला ईश्वराची कळसूत्री बाहुली समजण्यात तुमचा अहंकार आड येतो का, तुम्ही या अहंकाराचं दर्शन करू शकता का?

२. गीतेची पूर्ण समज ग्रहण केल्यानंतर श्रीकृष्णांनी सांगितलेल्या मार्गांपैकी कोणता मार्ग तुमच्यासाठी उचित आहे? यावर मनन करा. अशी कोणती कर्मं आहेत, जी करताना अहंकार (कर्ताभाव) जास्त प्रबळ होतो? ती करण्यापूर्वी त्या मार्गाच्या समजेवर मनन करा.

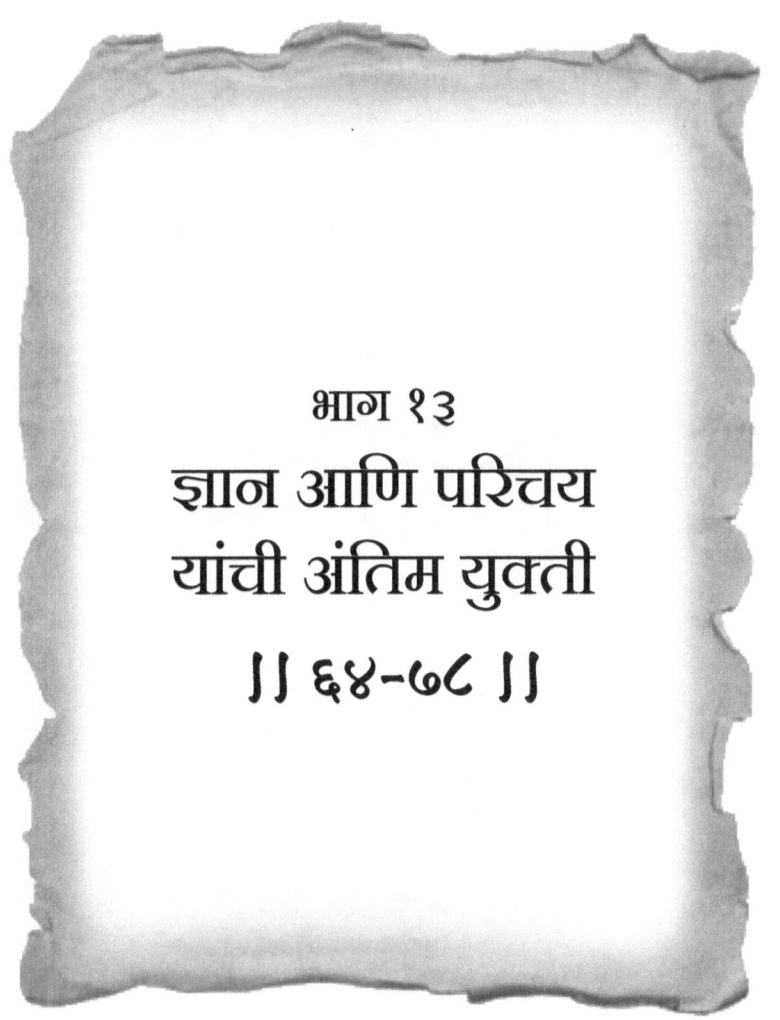

भाग १३
ज्ञान आणि परिचय
यांची अंतिम युक्ती
॥ ६४-७८ ॥

अध्याय १८

सर्वगुह्यतमं भूतः श्रृणु मे परमं वचः । इष्टोऽसि मे दृढमिति ततो वक्ष्यामि ते हितम् ।।६४ ।।
मन्मना भव मद्भक्तो मद्याजी मां नमस्कुरु । मामेवैष्यसि सत्यं ते प्रतिजाने प्रियोऽसि मे ।।६५।।
सर्वधर्मान्परित्यज्य मामेकं शरणं व्रज । अहं त्वा सर्वपापेभ्यो मोक्षयिष्यामि मा शुचः।।६६।।
इदं ते नातपस्काय नाभक्ताय कदाचन । न चाशुश्रूषवे वाच्यं न च मां योऽभ्यसूयति ।।६७ ।।
य इमं परमं गुह्यं मद्भक्तेष्वभिधास्यति । भक्तिं मयि परां कृत्वा मामेवैष्यत्यसंशयः ।।६८।।
न च तस्मान्मनुष्येषु कश्चिन्मे प्रियकृत्तमः । भविता न च मे तस्मादन्यः प्रियतरो भुवि।।६९।।
अध्येष्यते च य इमं धर्म्यं संवादमावयोः । ज्ञानयज्ञेन तेनाहमिष्टः स्यामिति मे मतिः ।।७०।।
श्रद्धावाननसूयश्च श्रृणुयादपि यो नरः। सोऽपि मुक्तः शुभाँल्लोकान्प्राप्नुयात्पुण्यकर्मणाम् ।।७१।।
कच्चिदेतच्छ्रुतं पार्थ त्वयैकाग्रेण चेतसा । कच्चिदज्ञानसम्मोहः प्रनष्टस्ते धनञ्जय।।७२।।

अर्जुन उवाच

नष्टो मोहः स्मृतिर्लब्धा त्वप्रसादान्मयाच्युत । स्थितोऽस्मि गतसंदेहः करिष्ये वचनं तव ।।७३।।
इत्यहं वासुदेवस्य पार्थस्य च महात्मनः । संवादमिममश्रौषमद्भुतं रोमहर्षणम् ।।७४।।
व्यासप्रसादाच्छ्रुतवानेतद्गुह्यमहं परम् । योगं योगेश्वरात्कृष्णात्साक्षात्कथयतः स्वयम् ।।७५।।
राजन्संस्मृत्य संस्मृत्य संवादमिममद्भुतम्। केशवार्जुनयोः पुण्यं हृष्यामि च मुहुर्मुहुः ।।७६।।
तच्च संस्मृत्य संस्मृत्य रूपमत्यद्भुतं हरेः। विस्मयो मे महान् राजन्हृष्यामि च पुनः पुनः।।७७।।
यत्र योगेश्वरः कृष्णो यत्र पार्थो धनुर्धरः । तत्र श्रीर्विजयो भूतिर्ध्रुवा नीतिर्मतिर्मम।।७८।।

६४-६६

श्लोक अनुवाद : भगवान श्रीकृष्ण नंतर म्हणाले, ''हे अर्जुना– माझी गोपनीयपेक्षाही अतिगोपनीय रहस्ययुक्त वचनं तू ऐक. तू मला अतिशय प्रिय असल्यानेच ही परम हितकारक वचनं मी तुला सांगेन''।।६४।।

''हे अर्जुना! तू माझ्याठायी मन केंद्रित कर, माझा भक्त बन, माझा पुजारी बन आणि मला प्रणाम कर. असं केल्याने तू मलाच प्राप्त करशील, हे सत्यवचन मी तुला सांगत आहे, कारण तू मला अतिशय प्रिय आहेस''।।६५।।

यासाठीच– संपूर्ण धर्मांना अर्थात संपूर्ण कर्तव्यकर्मांचा त्याग करून तू केवळ मला, सर्वशक्तिमान, सर्वाधार परमेश्वरालाच शरण जा. मी तुला सर्व पापांतून मुक्त करेन, तू शोक करू नकोस।।६६।।

गीतार्थ : श्रीकृष्णांनी दोन वेळा समजावूनही अर्जुनाच्या मुखातून 'आता मी युद्धासाठी तयार आहे' असं निघालं नाही. मात्र अद्यापही तो निर्णय घेऊ शकत नव्हता. त्याने ज्ञानार्जन केलं होतं, परंतु सत्याशी त्याचा परिचय झाला नव्हता. यासाठी श्रीकृष्ण आणखी एकदा ते ज्ञान सांगण्यासाठी तत्पर झाले.

एकदा एक शिक्षक, विद्यार्थ्यांना एक गहन मुद्दा समजावून सांगत असतात. तेव्हा विद्यार्थी शांतपणे ऐकत असतात. विषय संपवून शिक्षक विद्यार्थ्यांना विचारतात– 'काही समजलं का?' यावर सर्व विद्यार्थी शांत बसतात. विद्यार्थी शांत बसलेत याचाच अर्थ, त्यांना हा विषय आणखी संक्षिप्तपणे समजून सांगायला हवा, हे शिक्षकांच्या लक्षात येतं.

अशा प्रकारे जोपर्यंत अर्जुन युद्धासाठी तयार होत नाही, तोपर्यंत श्रीकृष्णदेखील त्याला धैर्यपूर्वक, क्रोध न करता त्याला समजावून सांगतील. मात्र अर्जुनावर किती कृपा होत आहे, याची त्याला अजिबात जाणीव नाही. खरंतर ईश्वराची कृपा होणं ही सर्वांत मोठी कृपा आहे. शिवाय ही बाबच श्रीकृष्ण कर्मयोगी आहेत याचा पुरावा आहे. कारण एक सच्चा कर्मयोगी यश-अपयश यांविषयी अनासक्त राहून धीर न सोडता आपलं कर्म निष्काम भावनेनं करत राहतो. यावेळी गीता सांगून अर्जुनाला युद्धासाठी तयार करणं श्रीकृष्णांचं कर्तव्य

अध्याय १८ : ६४-६६

कर्म आहे. ते कर्म श्रीकृष्ण अतिशय उत्तम प्रकारे करत आहेत. अर्जुनाला कर्मयोगी बनवण्यासाठी श्रीकृष्ण त्याला स्वतःचं उदाहरणही सांगत आहेत.

श्रीकृष्ण अर्जुनाला सांगतात- ''तू मला अतिशय प्रिय आहेस, म्हणून मी तुझ्यासाठी हितकर असणारं हे अनुपम ज्ञान तुला पुन्हा सांगत आहे. तू मला, एकमेव परमेश्वरालाच शरण जा, माझाच भक्त बन. तुझं मन माझ्याठायी एकाग्र कर म्हणजेच स्वतःच्या अंतरंगात स्थित असलेल्या ईश्वरावरच ध्यान केंद्रित कर. असं केल्याने तुला माझीच प्राप्ती होईल. अर्थात तू ईश्वरातच विलीन होशील, नव्हे, तू स्वतःच ईश्वर बनशील.''

इथे आपण ही बाब पुन्हा समजून घेऊ या. श्रीकृष्ण अर्जुनाला जेव्हा 'माझा भक्त बन' असं सांगत आहेत, तेव्हा ते त्या शरीराविषयी बोलत नाहीत ज्याला लोक देवकी आणि वसुदेव यांचा पुत्र समजतात. तर श्रीकृष्ण त्या शरीरात जागृत असलेल्या, सर्वांमध्ये विराजमान असलेल्या ईश्वराविषयी सांगत आहेत.

तुम्ही मधमाश्यांचं पोळं पाहिलंच असेल. एका लहानशा पोळ्यात हजारो मधमाश्या राहतात. कारण तोच त्यांचा आधार असतो. अगदी याप्रमाणेच अहंकार म्हणजेच 'मी'पणाची भावना म्हणजे ते पोळं असून त्यात सर्व पापरूपी माश्या निवास करतात. 'मी'चं पोळं जेव्हा नष्ट होईल, तेव्हा सर्व पापंदेखील विलीन होतील.

ईश्वराला शरण जाऊन, त्याची भक्ती केल्याने अहंकार ('मी') विलीन होतो आणि असं झाल्यानंतर सर्व पापरूपी कर्मबंधनातूनही मुक्ती मिळते.

हीच बाब समजावत श्रीकृष्ण पुढे सांगतात- ''हे अर्जुना, तू दुःखी होऊ नकोस. माझं निमित्त बनून तू तुझ्या सर्व कर्तव्यकर्मांचा त्याग कर म्हणजेच कर्तव्यकर्म करत असताना कर्तेपणाच्या भावनेचा त्याग कर. तू केवळ एक मला, सर्वशक्तिमान अशा सर्वांचा आधार असलेल्या ईश्वरालाच

अध्याय १८ : ६७

शरण जा. असं केल्याने तू संपूर्ण पापांतून मुक्त होशील.''

६७

श्लोक अनुवाद : ''हे अर्जुना! अशा प्रकारे- तू हा गीतारूपी रहस्यमयी उपदेश कोणत्याही काळात तपरहित मनुष्याला सांगू नकोस, तसंच भक्तिरहित, ऐकण्याची इच्छा नसणाऱ्याला, माझ्याविषयी दोषदृष्टी बाळगणाऱ्याला तर कधीच सांगू नकोस''॥६७॥

गीतार्थ : भगवद्गीता हा एक लोकप्रिय ग्रंथ असून बहुसंख्य प्रचलित भाषांमध्ये या ग्रंथाचा अनुवाददेखील झाला आहे. वेगवेगळ्या विचारवंतांनी, संतांनी गीतेवर विस्तृत विवेचनही केलं आहे. गीता ग्रंथ सर्वत्र आणि सर्वांसाठी सहज उपलब्ध आहे. इंटरनेटवर तर गीतेतील श्लोकांच्या वेगवेगळ्या अर्थांसह भरपूर माहितीही उपलब्ध आहे.

अशा दृष्टिकोनातून पाहिलं तर गीतेत लिहिलेल्या गोष्टी आता कोणत्याही प्रकारे गोपनीय राहिलेल्या नाहीत. तरीदेखील श्रीकृष्ण हे ज्ञान रहस्यमय, अति गोपनीय आहे असं सांगत आहेत. कारण जोपर्यंत याची समज योग्य अर्थांसह मनुष्यात उतरत नाही, त्याच्या आचरणात येत नाही, तोपर्यंत हे ज्ञान त्याच्यासाठी गोपनीयच राहील. गीतेचं ज्ञान हे एखाद्या सागरासमान अथांग आहे, त्याच्या खोलीत प्रवेश करूनच स्वबोधरूपी अमूल्य हिरे प्राप्त केले जाऊ शकतात.

या सागरात तोच विहार करू शकतो, ज्याला पोहता येतं आणि डुबकी लावता येते. अर्थात हे गहन ज्ञान ऐकून समजण्यासाठी काही पूर्वतयारी, पात्रताही असायला हवी. गीतेचं ज्ञान ऐकण्यासाठी कोणत्या प्रकारचा मनुष्य लायक आहे, हे श्रीकृष्ण प्रस्तुत श्लोकात सांगत आहेत, ''जो मनुष्य तपरहित म्हणजेच आपल्या सामान्य क्षमतेच्या पुढे जाऊन काही करू शकत नाही, तो गीता ऐकण्यासाठी पात्र नसतो. कारण गीतेतील समज

अध्याय १८ : ६७

जीवनात उतरवण्यासाठी शरीर, मन, बुद्धी यांना प्रशिक्षण द्यावं लागतं. जुन्या पठडीतून बाहेर पडून नवीन मार्ग अवलंबावा लागतो.

भक्तिरहित मनुष्य गीतेचं ज्ञान ऐकण्यास पात्र नाही. अर्जुन अज्ञानावस्थेत होता, मोहग्रस्त होता, तरीदेखील तो गीतेचं श्रवण करायला पात्र बनला. कारण त्याच्यात श्रीकृष्णांप्रति श्रद्धा होती, भक्ती होती. हे दोन गुणच अयोग्य मनुष्याला अंतिम सत्य प्राप्त करण्यासाठी पात्र बनवतात. जो मनुष्य भक्त नाही तो गीतेचं ज्ञान जीवनात उतरवणार नाही. केवळ जिभेवरच ठेवेल आणि लोकांना ज्ञानाच्या गोष्टी सांगून, शास्त्रार्थ सांगून स्वतःच्या अहंकाराला खतपाणी घालत राहील.

पुढे श्रीकृष्ण सांगतात- ''ज्याला गीतेचं ज्ञान ऐकण्याची इच्छा नाही, त्याला सक्तीने ऐकवलं जाऊ नये.'' कारण त्याच्यात या ज्ञानाविषयी ग्रहणशीलता नसेल. एका सपाट थाळीवर पाणी टाकलं तर त्यावर किती पाणी शिल्लक राहील? थोडंसंही राहणार नाही. पण एखाद्या रिकाम्या मडक्यात टाकलं तर? ते मडकं तर भरपूर पाणी ग्रहण करेल. अर्थात ज्ञान प्राप्त करण्यासाठी 'ग्रहणशीलता' हा गुण अनिवार्य आहे.

यानंतर श्रीकृष्ण सांगतात- ''जो माझ्याविषयी दोषदृष्टी ठेवत असेल त्याला हे ज्ञान कधीही सांगू नये.'' आपण अशाच मनुष्याचं म्हणणं लक्षपूर्वक ऐकतो आणि मानतो, ज्याच्याविषयी आपल्या मनात आदरभाव असतो, श्रद्धा असते, विश्वास असतो. मग जरी त्या वेळी त्या गोष्टी उचित वाटल्या नाहीत, समजल्या नाहीत तरीही त्या मान्य करतो. कारण आपला त्याच्यावर पूर्ण विश्वास असतो. गीता ही श्रीकृष्णाच्या वाणीद्वारे उतरलेलं ज्ञान आहे. आता एखाद्याला त्यांच्याच चरित्रात उणिवा दिसत असतील आणि त्याकडे तो निंदकाच्या नजरेने पाहत असेल तर असा मनुष्य त्यांनी केलेला उपदेश जीवनात अंगीकारेल का? अशा मनुष्याला गीतेचं ज्ञान सांगून कोणताही लाभ होणार नाही.''

६८-६९

श्लोक अनुवाद : कारण– जो पुरुष माझ्यावर परम प्रेम करून, हे परम रहस्ययुक्त गीताशास्त्र माझ्या भक्तांना सांगेल, तो मलाच प्राप्त होईल, यात कोणतीही शंका नाही।।६८।।

त्याच्यापेक्षा मोठा, माझं प्रिय कार्य करणारा मनुष्य अन्य कोणीही नाही, तसंच जगात त्याच्यापेक्षा अन्य कोणी भविष्यातही होणार नाही।।६९।।

गीतार्थ : गीतेचं ज्ञान इतरांना देण्यापूर्वी ते प्रथम देणाऱ्याच्या जीवनातदेखील कार्य करत आहे का, हे जाणणं आवश्यक ठरतं. श्रीकृष्ण सांगतात, ''जो मनुष्य माझ्यावर पूर्ण विश्वास, श्रद्धा आणि भक्ती ठेवतो, तो माझ्याप्रति पूर्ण समर्पित होईल. त्याने जर हे ज्ञान माझ्या भक्तांना दिलं तर तो मलाच प्राप्त करेल.'' कारण– आपण जी गोष्ट पूर्ण श्रद्धेने आणि लक्षपूर्वक वारंवार उच्चारतो, त्यात आपली समज वाढत जाते. इतरांना ज्ञान देण्यासाठी आपलं त्यावर जास्त मनन होतं. जसं, एक शिक्षक विद्यार्थ्यांना एखादा विषय शिकवण्याआधी प्रथम तो स्वतः संबंधित विषय पुनःपुन्हा वाचतो, त्याचा अभ्यास करतो. तेव्हा कुठे तो त्याच्यात प्रवीण बनतो. याचप्रकारे एक निष्ठावंत भक्त इतर लोकांमध्ये गीतेच्या ज्ञानाचा प्रकाश फैलावतो, तेव्हा सर्वप्रथम त्याला स्वतःलाच त्याची झळाळी लाभते.

श्लोकात पुढे श्रीकृष्ण गीतेच्या ज्ञानाचा प्रकाश पसरवण्याचं कार्य हेच आपलं प्रिय कार्य आहे, असं सांगत आहेत. कारण प्रत्येक शरीरात ईश्वराला स्वतःच्या अस्तित्वावर जाण्याची इच्छा असते. त्यासाठी त्याला आधी काही गोष्टींमध्ये गुंतून मग त्यातून सुटका करून घ्यायची असते. तो त्याचा खेळ आहे, लीला आहे, शिवाय त्याची मूळ इच्छादेखील तीच आहे. यासाठीच श्रीकृष्ण सांगतात, ''जो लोकांमध्ये हे परमज्ञान पसरवण्याचं कार्य करतो, त्याच्यापेक्षा महान काम करणारा इतर कोणीही नाही. तोच मला सर्वाधिक

प्रिय आहे. तोच माझा सर्वोच्च सेवक आणि भक्त आहे.''

७०-७१

श्लोक अनुवाद : जो पुरुष आमच्या दोघांमधील धर्ममय संवादरूपी गीताशास्त्र वाचेल, त्याच्याद्वारेदेखील मी ज्ञानयज्ञाने पूजित होईन, असं माझं मत आहे।।७०।।

जो मनुष्य श्रद्धायुक्त आणि दोषदृष्टिरहित होऊन या गीताशास्त्राचं श्रवण करेल तोदेखील सर्व पापांतून मुक्त होऊन, उत्तम कर्म करणाऱ्या श्रेष्ठ लोकाची प्राप्ती करेल।।७१।।

गीतार्थ : श्रीकृष्ण गीतेचा महिमा वर्णन करताना सांगत आहेत, की आम्हा दोघांमधली प्रश्नोत्तरं आणि संवाद यांचं संकलन करून जे गीता शास्त्र बनलंय, ते ज्ञानदीप आहे. यात ब्रह्मज्ञान आहे. जो भक्त या ग्रंथात लिहिलेल्या ज्ञानाचं पठण आणि अभ्यास पूर्ण श्रद्धेने, निष्ठेने आणि प्रामाणिकपणाने करतो, तो माझ्या दृष्टीने ज्ञानयज्ञाद्वारे माझीच पूजा करत आहे.

श्रीकृष्ण पुढे सांगत आहेत- ''जो दोषदृष्टिरहित होऊन गीतेच्या ज्ञानाचं श्रवण करेल, तोदेखील सर्व पापांतून मुक्त होईल आणि श्रेष्ठ लोकांमध्ये जाईल.'' काही लोक असे असतात जे ज्ञानाच्या गोष्टी तर ऐकतात, परंतु ऐकताना मधूनच तर्क-कुतर्क करत राहतात किंवा ज्ञानयुक्त शब्दांची स्वतःची परिभाषा तयार करून त्याचा अयोग्य उपयोग करतात. काही लोक तर उच्च संदेश देणाऱ्या महात्म्यांची टर उडवण्यासाठी, त्यांची परीक्षा घेण्यासाठी त्यांना उलट-सुलट प्रश्न विचारतात. ज्ञानश्रवण करतानाही त्यांचं लक्ष ज्ञान सोडून इतर गोष्टींवरच केंद्रित असतं. यालाच 'दोष-दृष्टी' बाळगणं असं म्हणतात.

एक भक्त जेव्हा दोषदृष्टीतून मुक्त होऊन पूर्ण ग्रहणशीलतेसह गीतेच्या ज्ञानाचं श्रवण करतो, तेव्हा ते ज्ञान त्याच्या जीवनात उतरतं. फलस्वरूप

त्याचे भाव, विचार, वाणी, क्रिया आणि बुद्धी या गोष्टी शुद्ध आणि सात्त्विक बनू लागतात. त्याची भक्ती वाढते आणि त्यामुळे त्याच्या चेतनेचा स्तर उंचावू लागतो. उच्च चेतनास्तरालाच श्रेष्ठ लोक म्हटलं गेलं आहे. असा मनुष्य पृथ्वीवर असतानाही त्याच्या चेतनेचा स्तर उच्च राहतो आणि शरीर त्यागल्यानंतरही आपल्या चेतनेच्या स्तरानुसार तो उच्चलोकात जातो आणि सुखी राहतो.

७२-७३

श्लोक अनुवाद : अशा प्रकारे गीतेचं माहात्म्य सांगून आनंदकंद भगवान श्रीकृष्णांनी अर्जुनाला विचारलं– "हे पार्थ! हे गीताशास्त्र तू एकाग्रतेने ऐकलंस का? आणि हे धनंजय! आता तुझा अज्ञानजन्य मोह नष्ट झाला का?"॥७२॥

अर्जुन म्हणाला– "हे अच्युता! तुमच्या कृपेने माझा मोह नष्ट झालाय आणि मी स्मृती प्राप्त केली आहे, आता मी संशयरहित होऊन स्थिर आहे. मी निश्चितपणे तुमच्या आज्ञेचं पालन करेन॥७३॥

गीतार्थ : गीतेच्या ज्ञानाची आणखी एकदा उजळणी करून श्रीकृष्ण पुन्हा तोच प्रश्न अर्जुनाला विचारत आहेत, "काही समजलं का? तू हे गीताशास्त्र एकाग्रचित्त होऊन ऐकलंस का? तुझा अज्ञानजन्य मोह नष्ट झाला का? आता तू युद्धासाठी तयार आहेस का?"

या श्लोकाने अर्जुनाची गीता पूर्ण झाली. या ज्ञानाची पुनःपुन्हा उजळणी केल्यानंतर आता त्याच्या आंतरिक अवस्थेत परिवर्तन घडलं, त्याचं अज्ञान समूळ नष्ट झालं आणि त्याने श्रीकृष्णांना अपेक्षित असणारं उत्तर दिलं. अर्जुन म्हणाला, "हे कृष्णा! तुमच्या कृपेने माझ्यातील मोह आणि अज्ञान नष्ट झालं आहे आणि योग्य काय आणि अयोग्य काय, हेदेखील मी जाणलं आहे. आता मी सर्व संशयांतून मुक्त होऊन सत्यात स्थिर आहे, तुमच्या आज्ञेचं पालन करायला तयार आहे... मी आता युद्ध करायला तयार आहे."

अध्याय १८ : ७४-७७

७४-७७

श्लोक अनुवाद : संजय म्हणाले– ''हे राजन्! अशा प्रकारे मी श्री वासुदेव आणि महात्मा अर्जुन यांच्यातील हा अद्भुत रहस्यमय, रोमांचकारी संवाद ऐकला''।।७४।।

श्री व्यासांच्या कृपेने दिव्यदृष्टी प्राप्त करून मी हा परम गोपनीय योग स्वतः योगेश्वर भगवान श्रीकृष्ण अर्जुनाला सांगत असताना प्रत्यक्ष ऐकला।।७५।।

यासाठी हे राजन! भगवान श्रीकृष्ण आणि अर्जुन यांच्यातील या रहस्ययुक्त, कल्याणकारी आणि अद्भुत संवादाचं पुनःपुन्हा स्मरण करून मी वारंवार हर्षित होत आहे।।७६।।

तसंच हे राजन्! श्रीहरीच्या त्या अत्यंत विलक्षण रूपाचं स्मरण करून माझ्या चित्तात महान आश्चर्य घडत आहे आणि मी पुनःपुन्हा आनंदी होत आहे।।७७।।

गीतार्थ : गीताज्ञान सांगण्याची आणि श्रवण करण्याची प्रक्रिया कुरुक्षेत्राच्या मैदानावर सुरू होती आणि हस्तिनापुरातील महालात बसलेले संजय धृतराष्ट्राला त्याचं धावतं वर्णन करत होते. संजय सांगतात- ''श्री व्यासांच्या कृपेने गीतेचं ज्ञान प्रत्यक्ष ऐकलं आणि सांगितलंदेखील. मी या कल्याणकारी आणि अद्भुत संवादाचं पुनःपुन्हा स्मरण करून आनंदी होत आहे.''

इथे एक महत्त्वाची बाब लक्षात घ्यावी लागेल, ज्यावेळी श्रीकृष्णांनी गीताज्ञान दिलं त्यावेळी एकाच वेळी अर्जुन, संजय आणि धृतराष्ट्र या तीन लोकांनी ते ऐकलं. वास्तविक ज्ञान तर एकच होतं, परंतु त्या तिघांची ज्ञान

---

*श्री हनुमान नेहमी रामकथेत उपस्थित असतात, असं म्हटलं जातं. इथे तर स्वतः श्रीरामच ज्ञान देत होते, मग हनुमान तर तिथे उपस्थित राहणारच ना!

ग्रहण करण्याची पात्रता व क्षमता वेगवेगळी होती, त्यांच्या समजेचा स्तर वेगवेगळा होता. अर्जुन मोह, अज्ञान, संशय यांनी घेरलेला होता. म्हणजेच गीता श्रवणाला आरंभ झाला त्या वेळी त्याच्या चेतनेचा स्तर पूर्णपणे खालावलेला होता. परंतु त्याच्यात एक गोष्ट चांगली होती, की त्याची श्रीकृष्णांवर नितांत श्रद्धा होती, प्रगाढ विश्वास होता. त्यामुळेच तो आपल्या अवस्थेच्या अगदी विरुद्ध गोष्टी ऐकण्यासाठीदेखील तयार होता. परिणामी जसजसं अर्जुन एक एक अध्याय ऐकत गेला, तसतसं त्याची समज प्रगल्भ होत गेली आणि शेवटी त्याच्यातील अज्ञान पूर्णपणे नष्ट झालं.

अशा प्रकारे जे मायेच्या बंधनात गुरफटलेले आहेत, परंतु या बंधनातून मुक्त होण्याची त्यांची अभिलाषा आहे, ते ही मुक्ती प्राप्त करण्याचा पुरुषार्थ करण्याचं साहस दाखवतात, अशा जगभरातील सर्व जिज्ञासूंचं प्रतिनिधित्व येथे अर्जुन करत आहे.

दुसरा मनुष्य होता धृतराष्ट्र, त्यालादेखील गीताश्रवणाचा अमृतासम ज्ञान रस प्राशन करायला मिळाला. धृतराष्ट्र तो रस पिऊ शकलाच नाही. कारण तो मोहात गुरफटला होता. म्हणून त्याला ते ज्ञान ऐकण्याचीच इच्छा नव्हती. त्यामुळे श्रीकृष्ण अर्जुनाला उलट-सुलट शिकवून युद्धासाठी तयार करत आहे का? केवळ हेच जाणण्याची त्याची जिज्ञासा होती. एक प्रकारे श्रीकृष्णाप्रति धृतराष्ट्राचं मन कलुषितच होतं. यासाठीच गीतेसारख्या उच्च ज्ञानाचादेखील त्याच्यावर कोणताही परिणाम झाला नाही. तो पूर्वी जसा होता, तसाच राहिला.

धृतराष्ट्र अशा चेतनेचा स्तर खालावलेल्या लोकांचं प्रतिनिधित्व करत आहे, जे माया आणि अज्ञान यांच्या दलदलीत रुतून सुख-दुःखाचे हिंदोळे घेत राहतात. तेच त्यांचं जीवन असतं, त्यातून ते कधीही बाहेर पडू इच्छित नाहीत. अशा लोकांसमोर ज्ञान आणि मुक्ती यांच्या गोष्टी सांगणं म्हणजे 'गाढवापुढे वाचली गीता' असंच होईल.

गीता ऐकणारी तिसरी व्यक्ती होती संजय. संजयना ज्ञानचक्षूंचं वरदान मिळालेलं होतं. ते अतिशय आनंदाने आणि भक्तिभावनेने श्रीकृष्णांच्या ज्ञानवचनांचं अमृतपान करत होते. यासोबतच धृतराष्ट्रापर्यंत ते ज्ञान पोहोचवण्याचं कर्तव्यकर्महो अनासक्त भावनेने करत होते. या पूर्ण प्रक्रियेत त्यांच्या मनात केवळ प्रेम, आनंद, मौन, आश्चर्य आणि स्तुती हेच भाव होते. त्यामुळे ते कधी श्रीकृष्णांनी सांगितलेली ज्ञानवाक्यं आठवून आनंदी व्हायचे, तर कधी त्यांचं विलक्षण रूप आठवून हर्षित होत होते. वास्तविक अर्जुनाला संजयसारखा कर्मयोगी बनवण्याची श्रीकृष्णांची इच्छा होती. कर्मयोगी म्हणजे स्वबोधात राहून कर्तव्यकर्म करत राहणारा!

७८

श्लोक अनुवाद : ''हे राजन्! विशेष काय सांगू!- जिथे योगेश्वर भगवान श्रीकृष्ण आहेत आणि जिथे गांडीव धनुष्यधारी अर्जुन आहे, तेथेच श्री, विजय, विभूती आणि अचल नीती आहे, असं माझं मत आहे''।।७८।।

गीतार्थ : श्रीकृष्ण उच्च चेतनेचे वाहक आहेत. गीतारूपी अमृत पिऊन, ते धारण करून अर्जुनदेखील खरा कर्मयोगी बनला आहे. श्रीकृष्णाची बाजू ही ईश्वराची बाजू आहे. त्याच्याशी संलग्न राहून जो कोणी निष्काम भावनेनं कर्म करेल, तो निश्चितपणे यशस्वी होईल. यासाठी संजय धृतराष्ट्राला सांगतात- 'ज्या बाजूला श्रीकृष्ण आहेत, जिथे कर्मयोगी अर्जुन आहे, तिथेच श्री म्हणजेच लक्ष्मी, धन-वैभव आहे. तिथेच विजय आहे. त्या बाजूलाच विभूती, वृद्धी म्हणजेच विकास आहे आणि त्या बाजूलाच योग्य आणि सुदृढ नीती आहे.

हेच जर दुसऱ्या शब्दांत सांगायचं झालं तर परमेश्वराशी संलग्न असणाऱ्या मनुष्याचं कर्म, बुद्धी, विचार, वर्तन, भाव इत्यादी शुद्ध आणि उचित असतील. तर त्याला प्रत्येक कार्यात ईश्वराकडून उच्च प्रतीचं मार्गदर्शन

लाभेल. तो योग्य नीतीचा अवलंब करेल, त्यामुळे त्याचा विकास होऊन प्रत्येक कार्यात यश प्राप्त होईल. यश मिळालं, की वैभवदेखील आपोआपच प्राप्त होईल. परिणामी तो या जगात, प्रपंचातही आनंदी असेल आणि स्वतः तही आनंदी असेल.

इतकं सांगूनही संजय 'हे माझं मत आहे' हे सांगायला विसरत नाहीत. संजय संवाद साधण्याच्या कलेत पारंगत आहेत. ते आपलं म्हणणं मांडून 'मी सांगतो तेच खरं' असा अट्टाहास धरत नाहीत, उलट 'हे माझं मत आहे' असं नम्रपणे प्रतिपादन करून समोरच्या मनुष्याला ग्रहणशील बनवतात, तसंच मनन करण्यासाठीही प्रवृत्त करतात. तुमचं म्हणणं खरं, योग्य असलं तरीही तुम्ही जर ते समोरच्यावर थोपवण्याचा प्रयत्न केला तर तो कधीही ते ग्रहण करण्यासाठी तयार होत नाही. मात्र बऱ्याच वेळा लोक 'हे माझं मत आहे' हे सांगायचंच विसरतात. त्यामुळेच मान-अपमान यांसारख्या गोष्टी आड येतात, भांडण-तंटे होतात. तुम्ही जर समोरच्याला 'तुमचंदेखील बरोबर आहे' असा संदेश दिला तर तोदेखील तुमचं म्हणणं ऐकून घ्यायला तयार होईल.

यासाठीच संजयकडून आपण आदर्श संवाद कला शिकायला हवी. श्रीकृष्ण वारंवार सांगत आहेत, की फळाची आसक्ती सोडून कर्तव्य कर्म करणाराच खरा त्यागी, सात्त्विक कर्ता आहे. संजय याच अवस्थेत राहून धृतराष्ट्राची सेवा करत होते, दिव्यदृष्टी असूनही आपलं कर्तव्य बजावत होते. त्यांनी जर ठरवलं असतं, तर ते एकाच ठिकाणी बसून स्वानुभवाच्या जाणिवेत मग्न राहू शकले असते. परंतु त्यांनी शरीराचं कर्तव्य कर्म करण्याची निवड केली. या पृथ्वीवर सर्वांना कार्यरत राहण्यासाठी काही ना काही कर्म दिलं गेलं आहे. उदाहरणार्थ, शिक्षकांना शिकवण्याचं, डॉक्टरांना रुग्णांवर इलाज करण्याचं, शिंप्यांना कपडे शिवण्याचं, गृहिणींना स्वयंपाक करण्याचं, लेखकांना लिहिण्याचं... इत्यादी. ही कर्मं अनुभवावर राहूनच सर्वांनी करत राहायला हवीत. हेच गीतेचे सार आहे.

अध्याय १८ : ७८

अशा प्रकारे गीतेच्या अंतिम अध्यायातील अंतिम श्लोकासह भगवद्‌गीता समाप्त होते.

● **कार्य योजना :**

१. या भागात तुम्ही गीता ज्ञान प्राप्त करण्यासाठी आवश्यक असणाऱ्या, क्षमतेविषयी वाचलं. तुम्ही गीता ज्ञान प्राप्त करण्याचे खरे अधिकारी आहात का? श्रीकृष्णांद्वारे सांगितलेल्या पात्रतेत तुम्ही कुठे कमी पडत आहात? या सर्व गोष्टींवर मनन करून तुमच्यात तो गुण विकसित करा.

२. गीता वाचण्यापूर्वी तुमची अवस्था कशी होती? अज्ञानी आणि श्रद्धारहित धृतराष्ट्रासारखी, अज्ञानी परंतु श्रद्धावान अर्जुनासारखी की ज्ञानी आणि भक्तिवान हनुमान आणि संजय यांच्यासारखी? गीतेची समज प्राप्त करून तुमच्यात कोणती सुधारणा जाणवते? यांवर मनन करा.

एक अल्प परिचय
सरश्री

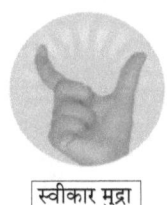

स्वीकार मुद्रा

    सरश्रींचा आध्यात्मिक शोधाचा प्रवास त्यांच्या बालपणापासूनच सुरू झाला होता. हा शोध सुरू असतानाच त्यांनी अनेक प्रकारच्या पुस्तकांचं अध्ययन केलं. त्याचबरोबर या शोधकाळात त्यांनी अनेक ध्यानपद्धतींचा अभ्यासही केला. त्यांच्यातील या जिज्ञासेने त्यांना अनेक वैचारिक आणि शैक्षणिक संस्थांमध्ये जाण्यासाठी प्रेरित केलं. जीवनाचं रहस्य समजण्यासाठी त्यांनी **प्रदीर्घ काळ मनन करून आपलं शोधकार्य सातत्याने सुरू ठेवलं. या शोधातूनच त्यांना 'आत्मबोध' प्राप्त झाला.** आत्मसाक्षात्कारानंतर त्यांना जाणवलं, **की अध्यात्माचा प्रत्येक मार्ग ज्या शृंखलेने जोडलेला आहे, तो म्हणजे 'समज' (Understanding).** आत्मबोधप्राप्तीनंतर त्यांनी अध्यापनाचं कार्य थांबवलं आणि जवळ जवळ दोन दशकांहूनही अधिक काळ आपलं समस्त जीवन मानवजातीच्या कल्याणासाठी आणि आध्यात्मिक विकासासाठी अर्पण केलं.

    सरश्री म्हणतात, ''सत्यप्राप्तीच्या सर्व मार्गांचा प्रारंभ जरी वेगवेगळ्या मार्गांनी होत असला, तरी सर्वांचा अंत मात्र एकच समज प्राप्त केल्याने होतो. ही **'समज'च सर्व काही असून ती स्वत:मध्ये परिपूर्ण आहे. आध्यात्मिक ज्ञानप्राप्तीसाठी या 'समजे'चं श्रवणच पुरेसं आहे.''** ही समज प्रकाशमान करण्यासाठी आजपर्यंत त्यांनी **आध्यात्मिक विषयांवर तीन हजारांहून अधिक प्रवचनं दिली आहेत.** या प्रवचनांद्वारे ते अध्यात्मातील अतिशय गहन संकल्पना सहज, सुलभ आणि व्यावहारिक भाषेत समजावून सांगतात. समाजातील प्रत्येक स्तरावरील मनुष्य सरश्रींद्वारे सांगितल्या जाणाऱ्या या समजेचा लाभ घेऊ शकतो.

    ही समज प्रत्येकाला आपल्या अनुभवातून प्राप्त व्हावी, यासाठी सरश्रींनी

'महाआसमानी परमज्ञान शिबिर' आणि त्यासाठी आवश्यक असणारी कार्यप्रणाली (सिस्टिम) तयार केली. **तिचा लाभ आज लाखो लोक घेत आहेत.** या प्रणालीला आय.एस.ओ. (ISO 9001:2015) प्रमाणपत्रही लाभलंय. या प्रणालीमुळेच अनेकांना सत्यमार्गावर वाटचाल करण्याची प्रेरणा मिळाली आहे. या समजेचा प्रचार आणि प्रसार करण्यासाठी त्यांनी 'तेजज्ञान फाउंडेशन' या आध्यात्मिक संस्थेचा पाया रचला. **'हॅपी थॉट्सद्वारे उच्चतम विकसित समाजाची निर्मिती करणे,'** हेच या संस्थेचं मुख्य उद्दिष्ट आहे.

विश्वातील प्रत्येक मनुष्य आज सरश्रींच्या मार्गदर्शनाचा लाभ घेऊ शकतो. त्यासाठी कोणत्याही धर्म, जात, उपजात, वर्ण, पंथ वा लिंग यांचं बंधन नसतं. विश्वाच्या प्रत्येक कानाकोपऱ्यांतील लोक आज 'तेजज्ञान'च्या अनोख्या ज्ञानप्रणालीचा (System for Wisdom) लाभ घेत आहेत. याच व्यवस्थेचा आणखी एक महत्त्वपूर्ण भाग म्हणजे, **दररोज सकाळी आणि रात्री ९ वाजून ९ मिनिटांनी लाखो लोक विश्वशांतीसाठी प्रार्थना करत आहेत.**

बेस्ट सेलर पुस्तक 'विचार नियम' शृंखलेचे रचनाकार म्हणूनही सरश्रींना ओळखलं जातं. **केवळ पाच वर्षांच्या कालावधीत या पुस्तकाच्या १ कोटीपेक्षा अधिक प्रती वितरित** झाल्या आहेत. याशिवाय आजवर त्यांनी विविध विषयांवर **१०० हून अधिक पुस्तकं लिहिली** आहेत. त्यांपैकी 'विचार नियम', 'स्वसंवाद एक जादू', 'शोध स्वतःचा', 'स्वीकाराची जादू', 'निःशब्द संवाद एक जादू', 'संपूर्ण ध्यान' इत्यादी पुस्तकं बेस्ट सेलर झाली आहेत. ही पुस्तकं दहापेक्षा अधिक भाषांमध्ये अनुवादित असून, पेंगुइन बुक्स, हे हाउस पब्लिशर्स, जैको बुक्स, मंजुळ पब्लिशिंग हाउस, प्रभात प्रकाशन, राजपाल अ‍ॅण्ड सन्स, पेंटागॉन प्रेस आणि सकाळ प्रकाशन इत्यादी प्रमुख प्रकाशन संस्थांद्वारे ती प्रकाशित झाली आहेत.

तेजज्ञान फाउंडेशन परिचय

तेजज्ञान फाउंडेशन आत्मविकासातून आत्मसाक्षात्कार प्राप्त करण्याचा एक मार्ग आहे. यासाठी सरश्रींद्वारा एक अनोखी बोधप्रणाली (System for Wisdom) निर्माण झाली आहे. या प्रणालीला आंतरराष्ट्रीय प्रमाणपत्राद्वारे ISO 9001:2015च्या आवश्यकतेनुसार आणि निकष पडताळून सरळ, व्यावहारिक आणि प्रभावी बनवलं गेलं आहे.

या संस्थेच्या प्रबोधनपद्धतीच्या भिन्न पैलूंना (शिक्षण, निरीक्षण आणि गुणवत्ता) स्वतंत्र गुणवत्ता परीक्षकांद्वारे (Quality Auditors) क्रमबद्ध पद्धतीने पडताळलं गेलं. त्यानंतर या पैलूंना ISO 9001:2015 साठी पात्र समजून या बोधपद्धतीला हे प्रमाणपत्र प्रदान करण्यात आलं.

या फाउंडेशनचे लक्ष्य आहे नकारात्मक विचारांकडून सकारात्मक विचारांकडे वाटचाल. सकारात्मक विचारांकडून शुभ विचारांकडे म्हणजे हॅपी थॉट्सकडे प्रगती. शुभ विचारांकडून निर्विचार अवस्थेकडे मार्गक्रमण आणि निर्विचार अवस्थेच्या अंती आत्मसाक्षात्कार प्राप्ती. 'मी सर्व विचारांपासून मुक्त व्हावे' हा विचार म्हणजे शुभ विचार (हॅपी थॉट्स). 'मी प्रत्येक इच्छेपासून मुक्त व्हावे', अशी इच्छा म्हणजे शुभ इच्छा.

तेजज्ञान म्हणजे ज्ञान व अज्ञान या दोहोंच्या पलीकडचे ज्ञान. पुष्कळ लोक सामान्य ज्ञानाच्या (General Knowledge) माहितीलाच ज्ञान मानतात. परंतु अस्सल ज्ञान आणि नुसती माहिती यांत फार मोठे अंतर आहे. आजमितीला लोक सामान्य ज्ञानाच्या उत्तरांनाच जास्त महत्त्व देतात. अशा ज्ञानाचे विषय म्हणजे कर्म आणि भाग्य, योग आणि प्राणायाम, स्वर्ग आणि नरक इत्यादी. आजच्या युगात सामान्यज्ञान प्राप्त करणारे लोक, शिक्षक मोठ्या प्रमाणावर आहेत; परंतु हे ज्ञान ऐकून जीवनात परिवर्तन घडून येत नाही. असे ज्ञान म्हणजे केवळ बुद्धिविलास आहे किंवा अध्यात्माच्या नावावर चाललेला बुद्धीचा व्यायाम आहे.

सर्व समस्यांवरील उपाय आहे तेजज्ञान. क्रोध, चिंता आणि भय यांपासून मुक्त जीवन म्हणजे तेजज्ञान. शारीरिक, मानसिक, सामाजिक, आर्थिक आणि आध्यात्मिक प्रगतीचा, सर्वांगीण प्रगतीचा मार्ग आहे तेजज्ञान. तेजज्ञान आपल्या अंतरंगात आहे. येथे या आणि या गोष्टीचा अनुभव घ्या.

आपल्याला असे ज्ञान हवे आहे, की जे सामान्य ज्ञानापलीकडे आहे, जे प्रत्येक समस्येवरील उत्तर आहे, जे प्रत्येक समजुतीपासून, गृहीत धारणांपासून आपल्याला मुक्त करते, ईश्वरी साक्षात्कार घडविते, अंतिम सत्यात स्थापित करते. आता वेळ आली आहे शाब्दिक, सामान्यज्ञानातून बाहेर येऊन तेजज्ञानाचा अनुभव घेण्याची!

आजवर जप-तप, तंत्र-मंत्र, कर्म-भाग्य, ध्यान-ज्ञान, योग-भक्ती असे अनेक मार्ग अध्यात्मात सांगितले आहेत. या सर्व मार्गांनी प्राप्त होणारी अंतिम समज, अंतिम ज्ञान, बोध एकच आहे. अंतिम सत्याच्या शोधकाला, साधकाला शेवटी जी एकच 'समज' प्राप्त होते, ती 'समज' श्रवणानेसुद्धा प्राप्त होऊ शकते. अशा समजप्राप्तीसाठी श्रवण करणे यालाच तेजज्ञान प्राप्त करणे म्हटले गेले आहे. तेजज्ञानाच्या श्रवणाने सत्याचा साक्षात्कार घडतो, ईश्वरीय अनुभव मिळतो. हेच तेजज्ञान सरश्री महाआसमानी परमज्ञान शिबिरात प्रदान करतात.

महाआसमानी परमज्ञान
शिबिर परिचय आणि लाभ (निवासी)

तुम्हाला सर्वोच्च आनंद हवाय? असा आनंद, जो कोणत्याही बाह्य कारणावर अवलंबून नाही... जो प्रत्येक क्षणी वृद्धिंगत होतो. या जीवनात तुम्हाला प्रेम, विश्वास, शांती, समृद्धी आणि परमसंतुष्टी हवी आहे का? शारीरिक, मानसिक, सामाजिक, आर्थिक आणि आध्यात्मिक अशा आयुष्याच्या सर्व स्तरांवर यशस्वी होण्याची तुमची इच्छा आहे का? 'मी कोण आहे' हे तुम्हाला अनुभवाने जाणावंसं वाटतं का?

तुमच्या अंतर्यामी अशा सर्व प्रश्नांची उत्तरं जाणण्याची इच्छा आणि 'अंतिम सत्य' प्राप्त करण्याची तृष्णा असेल, तर तेजज्ञान फाउंडेशनतर्फे आयोजित 'महाआसमानी शिबिरा'त तुमचं स्वागत आहे. हे शिबिर सरश्रींच्या मार्गदर्शनावर आधारित आहे. सरश्री, आजच्या युगातील आध्यात्मिक गुरू असून, ते आजच्या लोकभाषेत अत्यंत सहजपणे आध्यात्मिक समज प्रदान करतात.

महाआसमानी परमज्ञान शिबिराचा उद्देश :

विश्वातील प्रत्येक मनुष्यानं 'मी कोण आहे', या प्रश्नाचं उत्तर जाणून तो सर्वोच्च आनंदाच्या अवस्थेत स्थापित व्हावा, हाच या शिबिराचा मुख्य उद्देश आहे. प्रत्येकाला असं ज्ञान प्राप्त व्हावं, जेणेकरून त्यानं प्रत्येक क्षणी वर्तमानात जगण्याची कला आत्मसात करावी. तो भूतकाळाचं ओझं आणि भविष्याची चिंता यांतून मुक्त व्हावा. प्रत्येकाच्या आयुष्यात कधीही न संपणारा आनंद आणि योग्य समज यावी. शिवाय, प्रत्येकानं समस्या विलीन करण्याची कला आत्मसात करावी. थोडक्यात, मनुष्यजन्माचा उद्देश सफल व्हावा, हाच या शिबिराचा उद्देश आहे.

'मी कोण आहे? मी येथे का आहे? मोक्ष म्हणजे काय? या जन्मातच मोक्षप्राप्ती शक्य आहे का?' असे प्रश्न जर तुमच्या मनात असतील, तर त्यांवरील उत्तर आहे- 'महाआसमानी परमज्ञान शिबिर'.

महाआसमानी परमज्ञान शिबिराचे मुख्य लाभ :

वास्तविक या शिबिराचे लाभ तर असंख्य आहेत; पण त्यांपैकी मुख्य लाभ पुढीलप्रमाणे-

* जीवनात शक्तिशाली ध्येय निश्चित होतं
* 'मी कोण आहे' हे अनुभवाने जाणता येतं (सेल्फ रियलायजेशन)
* मनाचे सर्व विकार विलीन होतात.
* भय, चिंता, क्रोध, बोरडम, मोह, तणाव या नकारात्मक बाबींतून मुक्ती
* प्रेम, आनंद, मौन, समृद्धी, संतुष्टी, विश्वास अशा दिव्य गुणांशी युक्ती
* साधं, सरळ पण शक्तिशाली जीवन जगता येतं
* प्रत्येक समस्येचं निराकरण करण्याची कला प्राप्त होते
* 'प्रत्येक क्षणी वर्तमानात जगणं' हा तुमचा स्वभाव बनतो
* आपल्यातील सर्व सकारात्मक शक्यता खुलतात
* याच जीवनात मोक्षप्राप्ती होते

महाआसमानी परमज्ञान शिबिरात सहभागी कसं व्हाल?

या शिबिरात सहभागी होण्यासाठी तुम्हाला खालील बाबींची पूर्तता करायची आहे-

१) तुमचं वय कमीत कमी अठरा किंवा त्यापेक्षा अधिक असायला हवं.

२) सर्वप्रथम तुम्हाला 'सत्य-स्थापना' (फाउंडेशन ट्रुथ रिट्रीट) शिबिरात सहभागी व्हावं लागेल. या शिबिरात, तुम्ही प्रामुख्यानं दोन बाबी शिकाल- प्रत्येक क्षणी वर्तमानात जगण्याची कला कशी आत्मसात करावी आणि निर्विचार अवस्था कशी प्राप्त करावी.

३) प्राथमिक स्तरावर तुम्हाला काही प्रवचनं ऐकायची असून, त्यांतून तुम्ही मूलभूत समज आत्मसात कराल आणि महाआसमानी परमज्ञान शिबिरात प्रवेश करण्यासाठी तयार व्हाल.

हे शिबिर साधारणपणे एक-दोन महिन्यांच्या अंतराने आयोजित करण्यात येतं. यात हजारो सत्यशोधक सहभागी होतात. या शिबिराची तयारी दोन पद्धतींनी करू शकता. पहिली पद्धत- मनन आश्रम, पुणे येथे ५ दिवसीय शिबिरात भाग घेऊ शकता. दुसरी पद्धत- तेजज्ञान फाउंडेशनच्या जवळच्या सेंटरवर जाऊन सत्यश्रवणाद्वारेही करू शकता. महाराष्ट्रात अहमदनगर, सातारा, औरंगाबाद, नाशिक, नागपूर, वर्धा, अमरावती, चंद्रपूर, यवतमाळ, कोल्हापूर, सांगली, रत्नागिरी, लातूर, बीड, नांदेड, परभणी, पनवेल, मुंबई, ठाणे, सोलापूर, पंढरपूर, जळगाव, अकोला, बुलढाणा, धुळे, भुसावळ आणि महाराष्ट्राबाहेर सुरत, अहमदाबाद, बडोदा, नवी दिल्ली, बेंगलुरू, बेळगाव, धारवाड, रायपूर, भुवनेश्वर, कोलकाता, रांची, लखनौ, कानपूर, चंदीगढ, जयपूर, चेन्नई, पणजी, म्हापसा, भोपाळ, इंदोर, इटारसी, हर्दा, विदिशा, बुऱ्हाणपूर या ठिकाणी महाआसमानी शिबिराची पूर्वतयारी करू शकता.

तेजज्ञान फाउंडेशनमध्ये उपलब्ध असणाऱ्या सरश्रीलिखित पुस्तकांचं वाचन करून तुम्ही या शिबिराची पूर्वतयारी करू शकता. याशिवाय, तुम्ही रेडिओ किंवा यू ट्युबवरील सरश्रींच्या प्रवचनांचा लाभही घेऊ शकता. पण लक्षात घ्या, पुस्तकांतील ज्ञान, रेडिओ आणि यू ट्युबवरील प्रवचनं म्हणजे 'तेजज्ञानाची तोंडओळख' आहे; 'संपूर्ण तेजज्ञान' मुळीच नाही. तुम्ही महाआसमानी शिबिरात सहभागी होऊनच तेजज्ञानाचा आनंद घेऊ शकता. तेव्हा आगामी महाआसमानी शिबिरात सहभागी होण्यासाठी आजच संपर्क करा- 09921008060/75, 9011013208

महाआसमानी परमज्ञान शिबिरस्थान :

हे शिबिर पुण्यातील मनन आश्रम येथे आयोजित केलं जातं. येथे तुमच्या

निवासाची आणि भोजनाची व्यवस्था केली जाते. तुम्हाला काही शारीरिक व्याधी असतील आणि त्यासाठी जर तुम्ही नियमितपणे औषधं घेत असाल, तर शिबिरात येताना ती सोबत बाळगावीत. शिवाय, वातावरणानुसार गरम कपडे, स्वेटर, ब्लँकेटही आणावं.

पुणे शहरापासून १७ किलोमीटर अंतरावर अत्यंत निसर्गरम्य परिसरात मनन आश्रम वसलेला आहे. आश्रमात महिला आणि पुरुष यांच्या निवासाची स्वतंत्र व्यवस्था असून येथे जवळपास ८०० लोकांच्या राहण्याची व्यवस्था आहे. आपण हवाईमार्ग, हायवे किंवा रेल्वे अशा कोणत्याही मार्गाने पुण्यात येऊ शकता.

मनन आश्रम : मनन आश्रम, पुणे, सर्व्हे नं. ४३, सणस नगर, नांदोशी गाव, किरकटवाडी फाटा, तालुका- हवेली, जिल्हा- पुणे- ४११०२४. फोन- 09921008060

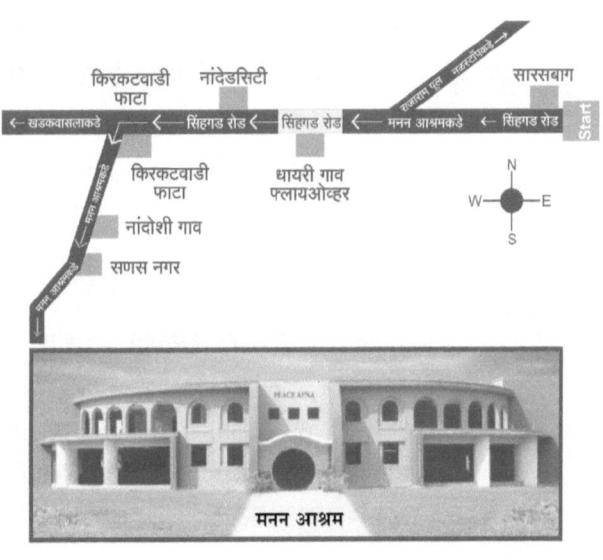

मनन आश्रमकडे
मनन आश्रमकडे
मनन आश्रमकडे
मनन आश्रम

‘सरश्रीं’द्वारे रचित इतर पुस्तकं

क्षमेची जादू

क्षमेचं सामर्थ्य जाणा,
सर्व दुःखांपासून मुक्त व्हा

Also available in Hindi

पृष्ठसंख्या : १६८
मूल्य : ₹ १५०

तुम्ही स्वतःवर प्रेम करता का? तुम्हाला सदैव आनंदी राहायचं आहे का? तुमचे कौटुंबिक, सामाजिक, व्यावसायिक नातेसंबंध मधुर आणि दृढ करायचे आहेत का? तुम्हाला जीवनात यशाचं शिखर गाठायचं आहे का?

या सर्व प्रश्नांची उत्तरं होकारार्थी असतील, तर तुम्हाला केवळ एकच शब्द म्हणायला शिकायचं आहे तो म्हणजे ‘सॉरी’ ‘मला माफ करा.’ सॉरी, क्षमा, माफी... शब्द कोणतेही असो, मनःपूर्वक माफी मागितल्याने जीवनात चमत्कार घडू लागतात, तुमचं अंतःकरण (इन-साफ) शुद्ध, स्वच्छ होतं. एवढंच नव्हे, तर तुमची मागील सर्व कर्मबंधनं नष्ट होऊन, भाग्योदय होतो. प्रस्तुत पुस्तकाद्वारे आपण हीच क्षमेची जादू शिकणार आहोत.

आध्यात्मिक उपनिषद
सत्याच्या साक्षीने जन्मलेल्या २४ कथा

Also available in Hindi

पृष्ठसंख्या : १६८
मूल्य : ₹ १५२

सत्यरूपी एक वाक्यही आपल्या अंतरंगातील कबीरत्व प्रकट करू शकतं... द्रोणाचार्यांची एक मूर्तीही एकलव्यातील तेजाची निर्मिती करू शकते... तसंच एक मनन संकेतसुद्धा आपल्या आयुष्यात परिवर्तन घडवू शकतो... केवळ आपल्यात ग्रहणशीलता आणि मननाद्वारे मोती वेचण्याची कला असायला हवी. आपल्याला जर ही कला साधली नसेल, तर असीम ज्ञानही छिद्र असलेल्या बादलीत भरलेल्या पाण्याप्रमाणे वाहून जाईल.

मनुष्य जेव्हा आपल्या चुकांबाबत मनन करून त्यातून बोध प्राप्त करतो, आपल्या कुप्रवृत्तीबाबत मनन करून, ते नष्ट करण्यासाठी कार्यरत राहतो, तेव्हाच तो त्यातून मुक्त होऊ शकतो. अनायासपणे क्रिया सुरू होऊन मुक्तीची अवस्था प्रकट व्हावी आणि प्रत्येक रहस्याचा उलगडा व्हावा, इतकं आपलं मनन सखोल असायला हवं.

e-mail
mail@tejgyan.com

Website
www.tejgyan.org, www.gethappythoughts.org

- विश्वशांती प्रार्थना -

पृथ्वीवर शुभ्र प्रकाश (दिव्यशक्ती) येत आहे,
पृथ्वीतून सोनेरी प्रकाशाचा (चेतनेचा) उदय होत आहे.
विश्वातील सगळी नकारात्मकता दूर होत आहे.
सर्वजण प्रेम, आनंद आणि शांतीसाठी ग्रहणशील होत आहेत.
विश्वातील सर्व लीडर्स 'आउट ऑफ बॉक्स' विचार करत आहेत...
विश्वातील सर्व लीडर्स शांतिदूत बनत आहेत...
ईश्वराची इच्छा हीच विश्वातील सर्व लीडर्सची इच्छा बनत आहे! धन्यवाद

ही 'सामूदायिक अव्यक्तिगत प्रार्थना' तेजज्ञान फाउंडेशनचे सर्व सदस्य कित्येक वर्षांपासून सातत्याने करत आहेत. आनंदी लोकदेखील ही प्रार्थना करू शकतात. तसेच आजारी किंवा कोणत्याही समस्येमुळे त्रस्त असणारे लोकही ही प्रार्थना ग्रहण करून स्वास्थ्यलाभ घेऊ शकतात.

तुम्ही एखाद्या आजाराने वा समस्येने त्रस्त असाल, तर सकाळी अथवा रात्री ९ वाजून ९ मिनिटांनी ग्रहणशील होऊन शांत बसा. 'स्वास्थ्य आणि शांती यांचा शुभ्र प्रकाश प्रार्थना करणाऱ्या कित्येक लोकांद्वारे पृथ्वीवर येत आहे. त्याचप्रमाणे तो माझ्यावरही कार्य करत आहे. जेणेकरून मी स्वस्थ आणि शांत होत आहे.' असं मनात म्हणा. त्यानंतर काही वेळ याच भावावस्थेत राहून सर्वांना धन्यवाद द्या आणि मगच उठा.

❈ तेजज्ञान इंटरनेट रेडिओ ❈

तेजज्ञान इंटरनेट रेडिओद्वारे २४ तास ३६५ दिवस, सरश्रींच्या प्रवचन आणि भजनांचा लाभ घ्या. त्यासाठी पाहा लिंक -
http://www.tejgyan.org/internetradio.aspx

विविध भारती F.M. वर दर रविवारी
सकाळी १०:०५ ते १०:१५ वा.

नोट : या कार्यक्रमांच्या वेळेत बदल झाल्यास नोंद ठेवावी.

www.youtube.com/tejgyan च्या साहाय्यानेदेखील
सरश्रींच्या प्रवचनांचा लाभ घेऊ शकता.
For online shoping visit us - www.tejgyan.org,
www.gethappythoughts.org

आपणास हवी असलेली पुस्तकं घरपोच मिळण्यासाठी मनीऑर्डर पाठवा.
ही पुस्तकं आमच्या खर्चाने रजिस्टर्ड पोस्ट, कुरिअर आणि व्ही.पी.पी.द्वारे पाठवली जातील. त्यासाठी खालील पत्त्यावर संपर्क साधावा.

वॉव पब्लिशिंग्ज् प्रा. लि.

*रजिस्टर्ड ऑफिस : E-4, वैभव नगर, तपोवनमंदिराजवळ, पिंपरी, पुणे -४११०१७

* पोस्ट बॉक्स नं. ३६, पिंपरी कॉलनी, पोस्ट ऑफिस, पिंपरी-पुणे - ४११०१७

फोन नं. : 09011013210 / 9623457873

आपण पुस्तकांची ऑर्डर ऑनलाईनही देऊ शकता.

लॉग इन करा - www.gethappythoughts.org

५०० रुपयांहून अधिक किमतीची पुस्तकं मागवल्यास १०% सूट मिळेल आणि डिलिव्हरी फ्री.

तेजज्ञान फाउंडेशनच्या मुख्य शाखा

पुणे : (रजिस्टर्ड ऑफिस)

विक्रांत कॉम्प्लेक्स, तपोवन मंदिराजवळ, पिंपरी,
पुणे : ४११ ०१७. फोन : (०२०) २७४१२५७६, २७४११२४०

मनन आश्रम :

सर्व्हे नं. ४३, सणस नगर, नांदोशी गांव, किरकटवाडी फाटा,
तालुका : हवेली, जि. पुणे: ४११ ०२४.
फोन : ०९९२१००८०६०

e-books

The Source • Complete Meditation • Ultimate Purpose of Success • Enlightenment I Inner Magic • Celebrating Relationships • Essence of Devotion • Master of Siddhartha • Self Encounter and many more.
Also available in Hindi at gethappythoughts.org

Free apps

U R Meditation & Tejgyan Internet Radio on all platforms like Android, iPhone, iPad and Amazon

e-magazines

'Yogya Aarogya' & 'Drushtilakshya'

emagazines available on www.magzter.com

www.ingramcontent.com/pod-product-compliance
Lightning Source LLC
LaVergne TN
LVHW041847070526
838199LV00045BA/1475
* 9 7 8 9 3 8 7 6 9 6 9 1 4 *